การสร้างสาวกที่สร้างต่อได้

คู่มือการฝึกอบรมเพื่อสนับสนุน
การสร้างสาวกในคริสตจักรบ้านและ
กลุ่มเซลล์เพื่อนำไปสู่กระแสการบุกเบิก
คริสตจักร

ดร. ดาเนียล บี แลนคาสเตอร์
จัดพิมพ์โดย T4T Press

การสร้างสาวกที่สร้างต่อได้

คู่มือการฝึกอบรมเพื่อสนับสนุนการสร้างสาวกในคริสตจักรบ้านและกลุ่มเซลล์ เพื่อนำไปสู่กระแสการบุกเบิกคริสตจักร

เขียนโดย ดร. ดาเนียล บี แลนคาสเตอร์
จัดพิมพ์โดย T4T Press, พิมพ์ครั้งแรก ค.ศ.2011

ลิขสิทธิ์ถูกต้อง ปี 2011 โดย ดร. ดาเนียล บี แลนคาสเตอร์

ข้อพระคัมภีร์อ้างอิงทั้งหมดยกเว้นที่ระบุเป็นอย่างอื่น นำมาจากพระคัมภีร์ฉบับโฮลี่ ไบเบิ้ล และ อมตะธรรมร่วมสมัย (NIV) ลิขสิทธิ์ถูกต้องค.ศ. 1973, 1978 และ 1984 โดยสมาคม

พระคริสตธรรมนานาชาติ ใช้โดยได้รับอนุญาตจากซอนเดอร์แวน, สงวนลิขสิทธิ์ เครื่องหมายข้อพระคัมภีร์อ้างอิง (NLT) ได้มาจากพระคัมภีร์โฮลี่ไบเบิ้ล ฉบับแปลนิวลีฟวิ่ง, ลิขสิทธิ์ถูกต้อง ค.ศ. 1996 และ 2004 ใช้โดยได้รับอนุญาตจาก ทีนเดล เฮ๊าส์ พับลิชเชอร์ส วีทต้อน อิลลินอยส์ 60189, สงวนลิขสิทธิ์

เครื่องหมายข้อพระคัมภีร์อ้างอิง (NASB) ได้มาจากนิวอเมริกันสแตนดาร์ดไบเบิ้ล ลิขสิทธิ์ ค.ศ. 1960, 1962,1963,1968, 1971,1972, 1973, 1975, 1977 และ1995 โดย มูลนิธิล็อคแมน,สงวนลิขสิทธิ์

เครื่องหมายข้อพระคัมภีร์อ้างอิง (HCSB) ได้มาจาก ฮอลแมน คริสเตียน สแตนดาร์ด ไบเบิ้ล ลิขสิทธิ์ ค.ศ. 1999, 2000, 2002, 2003 โดย ฮอลแมน ไบเบิ้ล พับลิชเชอร์ส, สงวนลิขสิทธิ์

เครื่องหมายข้อพระคัมภีร์อ้างอิง (CEV) ได้มาจาก เดอะ คอนเท็มโพรารี่ อิงลิช เวอร์ชั่น ลิขสิทธิ์ถูกต้อง ค.ศ. 1995 โดย สมาคมพระคริสตธรรมอเมริกัน ใช้โดยได้รับ อนุญาต ห้องสมุดของคอนเกรส คาตาโลกิ้ง อิน พับลิเคชั่น ดาต้า แลนคาสเตอร์ ดาเนียล บี

สารบัญ

บทเรียน

การอ้างอิง

1

ต้อนรับ

การต้อนรับเป็นการเปิดชั่วโมงการฝึกอบรมหรือสัมมนาโดยการแนะนำผู้อบรมและผู้เข้าอบรมทุกคน ผู้อบรมแนะนำภาพทั้งแปดของพระเยซูให้กับผู้เข้าอบรม คือ ภาพทหาร ผู้แสวงหา ผู้เลี้ยง ผู้หว่าน พระบุตร องค์บริสุทธิ์ ผู้รับใช้ และผู้อารักขา พร้อมทำสัญญาณมือประกอบ เนื่องจากผู้คนเรียนรู้ด้วยการได้ยินเสียง การมองเห็น และการลงมือทำ การอบรมตามอย่างพระเยซูจึงรวมรูปแบบการเรียนรู้เหล่านี้เอาไว้ในทุกๆ ชั่วโมงเรียน

พระคัมภีร์กล่าวว่า พระวิญญาณบริสุทธิ์ทรงเป็นพระอาจารย์ของเรา ดังนั้น ผู้เข้าอบรมจะได้รับการหนุนใจให้พึ่งพาพระวิญญาณตลอดระยะเวลาการฝึกอบรม ชั่วโมง การต้อนรับ จะจบลงด้วยการเปิด "ร้านน้ำชา" เพื่อสร้างบรรยากาศที่ผ่อนคลายให้แก่ผู้อบรมและผู้เข้าอบรม ซึ่งเป็นบรรยากาศอย่างเดียวกันกับบรรยากาศที่เหล่าสาวกและพระเยซูมีร่วมกันอย่างเพลิดเพลิน

นมัสการ

เริ่มต้นบทเรียน

แนะนำผู้อบรม

แนะนำผู้เข้าอบรม

แนะนำพระเยซู

ภาพ 8 ภาพที่เล็งถึงพระเยซูในพระคัมภีร์

🖐 ทหาร (ยกดาบขึ้น)

🖐 ผู้แสวงหา (เอามือป้องไว้ที่ตาและมองไปด้านหลังและด้านหน้า)

🖐 ผู้เลี้ยง (ใช้มือทั้งสองข้างทำท่าเหมือนกำลังรวมคนเข้ามา)

🖐 ผู้หว่าน (ใช้มือทำท่าหว่านเมล็ดพืช)

🖐 พระบุตร (ใช้มือทำท่าเหมือนกำลังเอาอาหารเข้าปาก)

🖐 องค์บริสุทธิ์ (พนมมือ) (พระเยซูทรงบริสุทธิ์ –พระเจ้า

ทรงเรียกเราให้เป็นผู้บริสุทธิ์)

- ผู้รับใช้ (ใช้มือทำท่าตอกค้อน)

- ผู้อารักขา (ใช้มือทำท่าล้วงเงินออกจากกระเป๋าเสื้อหรือกระเป๋าเงิน)

อะไรคือสามวิธีที่เราเรียนรู้ได้ดีที่สุด?

- การฟัง
  ใช้อุ้งมือครอบหูของท่าน

- การมองเห็น
  ชี้ไปที่ดวงตาของท่าน

- การลงมือทำ
  หมุนมือเหมือนทำท่ากลิ้ง

จบบทเรียน

ร้านน้ำชาเปิดแล้ว

ลูกา 7: 31-35 พระเยซูตรัสว่า "แล้วเราจะเปรียบคนในยุคนี้กับอะไรดี? พวกเขาเป็นเช่นไร? เขาเป็นเหมือนเด็กๆ ที่นั่งอยู่กลางตลาดและร้องบอกกันและกันว่า "เราเป่าปี่ให้ พวกเธอก็ไม่เต้นรำ เราร้องเพลงไว้อาลัย พวกเธอก็ไม่ร้องไห้" เพราะยอห์นผู้ให้บัพติศมาไม่กินขนมปังและไม่ดื่มเหล้าองุ่น พวกท่านก็กล่าวว่า "เขามีผีสิง" ส่วนบุตรมนุษย์มาทั้งกินและดื่ม และพวกท่านก็กล่าวว่า "นี่คือคนตะกละและขี้เมาเป็นมิตรของคน

8   การสร้างสาวกที่สร้างต่อได้

เก็บภาษีและ "คนบาป" แต่พระปัญญาก็ผ่านการพิสูจน์แล้ว
ว่าถูกต้อง โดยคนทั้งปวงที่ปฏิบัติตามพระปัญญานั้น"

2

การทวีคูณ

การทวีคูณแนะนำพระเยซูในฐานะผู้อารักขา บรรดาผู้อารักขาต่างก็ต้องการรับผลกำไรจากเวลาและทรัพย์สมบัติของพวกเขา และพวกเขาปรารถนาที่จะมีชีวิตอยู่ด้วยความซื่อตรง ผู้เข้าอบรมได้รับนิมิตเพื่อการเกิดผลโดยการสำรวจสิ่งต่อไปนี้ 1) พระบัญชาแรกของพระเจ้าต่อมวลมนุษย์ 2) พระบัญชาสุดท้ายของพระเยซูต่อมวลมนุษย์ 3) หลักการ 222 และ 4) ความแตกต่างระหว่างทะเลสาบกาลิลีกับทะเลตาย

บทเรียนจบลงด้วยการแสดงบทบาทสมมติเพื่อสาธิตให้เห็นถึงความแตกต่างของ "ผลที่ได้" ระหว่างการฝึกอบรมคนให้ปฏิบัติเป็น กับการสอนพวกเขาให้มีความรู้เท่านั้น ผู้เข้าอบรมจะได้รับการท้าทายให้ฝึกอบรมผู้อื่นในการนมัสการ อธิษฐาน ศึกษาพระวจนะของพระเจ้า และปรนนิบัติรับใช้ผู้อื่น ด้วยการลงทุนเวลา ทรัพย์สมบัติ และความซื่อตรง ผู้เข้าอบรมจะสามารถมอบของขวัญอันอัศจรรย์แด่พระเยซูในวันที่พวกเขาพบกับพระองค์บนสวรรค์

นมัสการ

อธิษฐาน

การอบรมภาคความรู้

ทบทวน

ภาพทั้งแปดภาพที่ช่วยให้เราทำตามแบบอย่างพระเยซูมีอะไรบ้าง?

ชีวิตฝ่ายวิญญาณของเราเหมือนลูกโป่ง ๙๑

พระเยซูทรงมีพระลักษณะอย่างไร?

มัทธิว 6:20-21 แต่จงสะสมทรพัย์สมบัติไว้สำหรับตนในสวรรค์ ที่ซึ่งแมลงและสนิมไม่อาจทำลายได้และที่ซึ่งโจรไม่อาจงัดแงะเข้าไปขโมยได้ เพราะทรัพย์สมบัติของท่านอยู่ที่ไหน ใจของท่านก็อยู่ที่นั่นด้วย

☝ ทำท่าล้วงเงินออกจากกระเป๋าเสื้อหรือกระเป๋าเงิน

สามสิ่งที่ผู้อารักขาทำคืออะไร?

มัทธิว 25:14-28 และอาณาจักรสวรรค์ยังเปรียบเหมือนชายคนหนึ่งจะออกเดินทาง จึงเรียกคนรับใช้มามอบหมายทรัพย์สินให้ดูแล เขาให้เงินคนหนึ่งห้าตะลันต์ คนหนึ่งสองตะลันต์และอีกคนหนึ่งตะลันต์เดียว ตามความสามารถของแต่ละคนแล้วเขาก็ไป คนที่ได้รับห้าตะลันต์นำเงินไปลงทุนทันทีและได้กำไรมาอีกห้าตะลันต์ คนที่รับสองตะลันต์ก็เช่นกันได้กำไรมาอีกสองตะลันต์ ส่วนคนที่ได้รับตะลันต์เดียวไปขุดหลุมเอาเงินของนายซ่อนไว้ อีกนานหลังจากนั้นนายก็กลับมาและสะสางบัญชีกับคนรับใช้ คนที่ได้รับห้าตะลันต์นำอีกห้าตะลันต์

มาเรียนว่า "นายเจ้าข้า ท่านให้ไว้ห้าตะลันต์ ดูเถิด ข้าพเจ้าได้
กำไรมาอีกห้าตะลันต์" เจ้านายของเขาตอบว่า "ดีมาก เจ้าเป็น
บ่าวที่ดีและสัตย์ซื่อ เจ้าสัตย์ซื่อในของเล็กน้อย เราจะตั้งเจ้าให้
ดูแลของมาก มาร่วมยินดีในความสุขกับนายของเจ้าเถิด"คนที่
ได้รับสองตะลันต์ก็มาเรียนว่า "นายเจ้าข้า ท่านให้ไว้สองตะ
ลันต์ ดูเถิด ข้าพเจ้าได้กำไรมาอีกสองตะลันต์" เจ้านายของเขา
ตอบว่า "ดีมาก เจ้าเป็นบ่าวที่ดีและสัตย์ซื่อ เจ้าสัตย์ซื่อในของ
เล็กน้อย เราจะตั้งเจ้าให้ดูแลของมาก มาร่วมยินดีในความสุข
กับนายของเจ้าเถิด" แล้วคนที่ได้รับตะลันต์เดียวมาเรียนว่า
"นายเจ้าข้า ข้าพเจ้ารู้ว่าท่านเป็นคนใจแข็ง ซึ่งเก็บเกี่ยวสิ่งที่
ท่านไม่ได้เพาะปลูกและรวบรวมผลที่ท่านไม่ได้หว่านข้าพเจ้า
กลัวจึงเอาเงินไปซ่อนไว้ในดิน ดูเถิด นี่คือเงินของท่าน"
เจ้านายของเขาตอบว่า "ไอ้บ่าวเลวแสนขี้เกียจ เจ้าก็รู้ว่าเรา
เก็บเกี่ยวสิ่งที่เราไม่ได้เพาะปลูก และรวบรวมผลที่เราไม่ได้
หว่าน เช่นนั้นแล้วก็น่าจะเอาเงินของเราไปฝากธนาคารไว้ เพื่อ
เวลาที่เรากลับมาเราจะได้เงินคืนพร้อมดอกเบี้ยด้วย จงริบเงิน
หนึ่งตะลันต์นี้ไปให้คนที่มีสิบตะลันต์.."

1. _____
2. _____
3. _____

พระบัญชาแรกที่พระเจ้าทรงให้แก่มนุษย์คือ อะไร?

*ปฐมกาล 1:28 พระเจ้าทรงอวยพรพวกเขาและตรัสว่า "จงมี
ลูกเต็มบ้านมีหลานเต็มเมือง และทวีจำนวนขึ้นจนเต็มโลก*

การสร้างสาวกที่สร้างต่อได้

*และจงมีอำนาจเหนือแผ่นดิน จงครอบครองปลาในทะเล นก
ในอากาศและสัตว์ที่เลื้อยคลาน"*

พระบัญชาสุดท้ายที่พระเยซูทรงให้แก่มนุษย์ คืออะไร?

*มาระโก 16:15 พระองค์ตรัสกับพวกเขาว่า "จงออกไปทั่วโลก
ประกาศข่าวประเสริฐแก่คนทั้งปวง"*

ข้าพเจ้าจะเกิดผลและทวีคูณได้อย่างไร?

*2 ทิโมธี 2:2 สิ่งต่างๆ ที่ท่านได้ยินข้าพเจ้าพูดต่อหน้าพยาน
หลายคน จงมอบหมายแก่ผู้ที่เชื่อถือได้ ซึ่งมีคุณสมบัติ
เหมาะสมที่จะสอนผู้อื่นด้วย*

ทะเลสาบกาลิลี / ทะเลตาย ๙๔

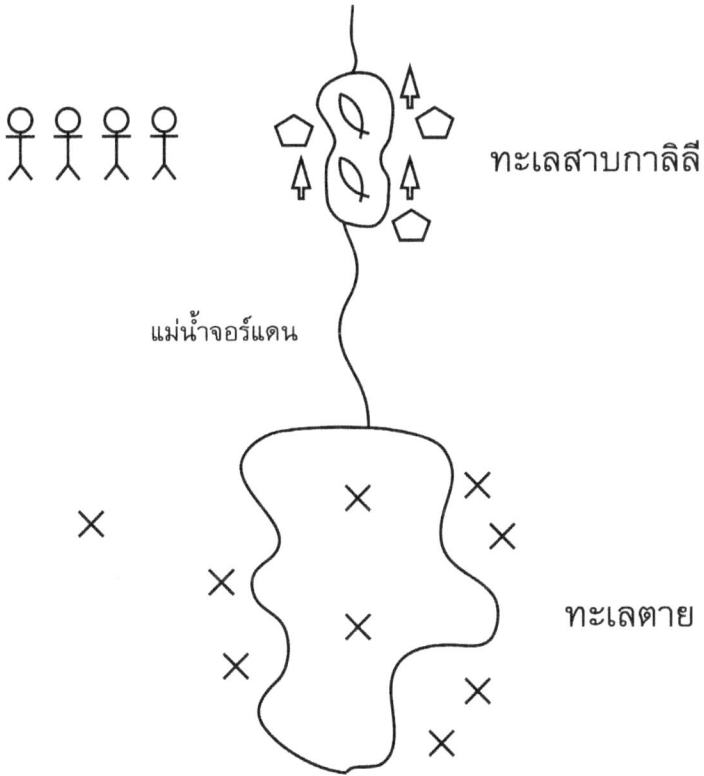

ทะเลสาบกาลิลี
แม่น้ำจอร์แดน
ทะเลตาย

ข้อพระคัมภีร์ท่องจำ

ยอห์น 15:8 เมื่อท่านทั้งหลายเกิดผลมากก็เป็นการถวายเกียรติสิริแด่พระบิดาของเรา และเป็นการสำแดงว่าตัวท่านเองคือสาวกของเรา

การอบรมภาคปฏิบัติ

"ให้คนที่*อายุน้อยกว่า*เป็นผู้นำในแต่ละคู่"

จบบทเรียน

บทบาทสมมติ "ของขวัญแด่พระเยซู" ๙

- สรรเสริญ
  (ยกมือทั้งสองข้างนมัสการพระเจ้า)

- อธิษฐาน
  (พนมมือทั้งสองข้าง)

- เรียนพระคัมภีร์
  (หงายฝ่ามือทั้งสองข้างเหมือนกับว่าท่านกำลังอ่านหนังสือ)

- เล่าเรื่องพระเยซูให้คนอื่น
  (ยื่นมือออกไปเหมือนกับว่าท่านกำลังหว่านเมล็ดพืช)

3

การรัก

การรัก จะแนะนำพระเยซูในฐานะผู้เลี้ยง ผู้เลี้ยงคอยนำ คอยปกป้อง และจัดเตรียมอาหารให้แกะของพวกเขา เรา "จัดเตรียมอาหาร" ให้ผู้คน เมื่อเราสอนพระวจนะของพระเจ้าให้แก่พวกเขา แต่อะไรคือสิ่งแรกที่เรา ควรสอนเกี่ยวกับพระเจ้า?   ในบทนี้ผู้เข้าอบรมจะค้นพบพระบัญชาที่ สำคัญที่สุด สามารถบอกได้อย่างชัดเจนถึงแหล่งที่มาของความรักว่ามา จากผู้ใด และพบวิธีนมัสการที่ตั้งอยู่บนพื้นฐานพระบัญชาที่สำคัญที่สุด

ผู้เข้าอบรมฝึกนำกลุ่มสร้างสาวกแบบง่ายๆ ด้วยองค์ประกอบที่เป็น กุญแจสำคัญสี่ประการ คือ การนมัสการ (การรักพระเจ้าด้วยทั้งหมด หัวใจ) การอธิษฐาน (การรักพระเจ้าด้วยทั้งหมดดวงจิต) การศึกษาพระ คัมภีร์ (การรักพระเจ้าด้วยสุดสิ้นความคิด) และการฝึกฝนทักษะ (เพื่อเรา จะสามารถรักพระเจ้าด้วยสิ้นสุดกำลัง) บทบาทสมมติสุดท้ายเรื่อง "แกะ กับเสือ" สาธิตให้เห็นถึงความจำเป็นของกลุ่มสร้างสาวกในท่ามกลางผู้ เชื่อ

นมัสการ

อธิษฐาน

1. เราจะอธิษฐานเผื่อคนที่หลงหายที่คุณรู้จักอย่างไร?

2. เราจะอธิษฐานเผื่อกลุ่มที่คุณกำลังฝึกอบรมอยู่อย่างไร?

การอบรมภาคความรู้

ทบทวน

ภาพทั้งแปดภาพที่ช่วยให้เราทำตามแบบอย่างพระเยซูมี
อะไรบ้าง?

การทวีคูณ

สามสิ่งที่ผู้อารักขาทำมีอะไรบ้าง?

พระบัญชาแรกที่พระเจ้าให้ไว้กับมนุษย์คืออะไร?

พระบัญชาสุดท้ายที่พระเยซูให้ไว้กับมนุษย์คืออะไร?

ข้าพเจ้าจะเกิดผลและทวีคูณได้อย่างไร?

ทะเลสาบสองแห่งในอิสราเอลชื่ออะไรบ้าง?

ทำไมทะเลสาบทั้งสองแห่งจึงมีความแตกต่างกันมาก?

ท่านอยากเป็นเหมือนทะเลสาบแห่งใด?

พระเยซูทรงมีพระลักษณะอย่างไร?

มาระโก 6:34 เมื่อพระเยซูทรงขึ้นจากเรือและเห็นคนหมู่ใหญ่ก็
ทรงสงสารเพราะพวกเขาเป็นเหมือนแกะที่ไม่มีคนเลี้ยง ดังนั้น
พระองค์จึงทรงเริ่มสั่งสอนเขาหลายเรื่อง

✋ ใช้มือทั้งสองข้างทำท่าเหมือนกำลังรวมคนเข้ามา

สามสิ่งที่ผู้เลี้ยงทำมีอะไรบ้าง?

สดุดี 23:1-6 องค์พระผู้เป็นเจ้าทรงเลี้ยงดูข้าพเจ้าดั่งเลี้ยงแกะ ข้าพเจ้าจะไม่ขัดสน พระองค์ทรงให้ข้าพเจ้านอนลงในทุ่งหญ้า เขียวสด พระองค์ทรงนำข้าพเจ้ามายังริมน้ำอันสงบ พระองค์ ทรงฟื้นฟูจิตวิญญาณของข้าพเจ้าพระองค์ทรงนำข้าพเจ้าไป ในทางชอบธรรม เพื่อเห็นแก่พระนามของพระองค์ แม้ข้า พระองค์เดินผ่านหุบเขาเงาแห่งความตาย ข้าพระองค์จะไม่ หวาดกลัวความชั่วร้ายใดๆ เพราะพระองค์ทรงสถิตกับข้า พระองค์ คทาและธารพระกรของพระองค์เล้าโลมข้าพระองค์ พระองค์ทรงจัดเตรียมอาหารสำหรับข้าพระองค์ ต่อหน้าต่อตา ศัตรูของข้าพระองค์ พระองค์ทรงเจิมศีรษะข้าพระองค์ด้วย น้ำมัน จอกของข้าพระองค์เปี่ยมล้นอยู่ แน่ทีเดียว ความดีและ ความรักอันยั่งยืน จะติดตามข้าพเจ้าไปตลอดวันคืนชีวิตของ ข้าพเจ้า และข้าพเจ้าจะอาศัยอยู่ในพระนิเวศขององค์พระผู้ เป็นเจ้าตลอดไป

1. _____

2. _____

3. _____

พระบัญชาที่สำคัญที่สุดที่เราควรสอนคนอื่น คืออะไร?

มาระโก 12:28-31 ธรรมาจารย์คนหนึ่งได้ฟังการซักไซ้ไล่เลียง

การสร้างสาวกที่สร้างต่อได้

กันก็เห็นว่าพระเยซูทรงตอบได้ดี จึงทูลถามว่า "ในบรรดาพระ
บัญญัติทั้งสิ้นข้อไหนสำคัญที่สุด" พระเยซูตรัสตอบว่า "ข้อที่
สำคัญที่สุดคือ อิสราเอลเอ๋ย จงฟังเถิด องค์พระผู้เป็นเจ้าพระ
เจ้าของเรา องค์พระผู้เป็นเจ้าทรงเป็นหนึ่ง จงรักองค์พระผู้เป็น
เจ้าพระเจ้าของท่านอย่างสุดใจ สุดจิต สุดความคิด และ
สุดกำลังของท่าน ส่วนข้อที่สองคือ จงรักเพื่อนบ้านเหมือนรัก
ตนเองไม่มีบทบัญญัติใดใหญ่กว่าสองข้อนี้"

1. _____

✋ ยื่นมือขึ้นต่อพระเจ้า

2. _____

✋ ยื่นมือออกไปหาคนอื่น

ความรักมาจากที่ใด?

1 ยอห์น 4:7-8 เพื่อนที่รักทั้งหลายให้เรารักซึ่งกันและกันเพราะ
ความรักมาจากพระเจ้า ทุกคนที่รักก็ได้บังเกิดจากพระเจ้าและ
รู้จักพระเจ้า ผู้ที่ไม่รักก็ไม่รู้จักพระเจ้าเพราะพระเจ้าทรงเป็น
ความรัก

_____

✋ ยื่นมือขึ้นไปเหมือนกับว่าท่านกำลังรับความรักและ
มอบความรักกลับคืนแด่พระเจ้า

✋ ยื่นมือขึ้นไปเหมือนกับว่าท่านกำลังรับความรัก แล้วยื่น
มือออกไปเหมือนกับว่าท่านกำลังมอบความรักนั้นกับ
ผู้อื่น

การนมัสการแบบง่ายคืออะไร?

🖐 สรรเสริญ
ยกมือขึ้นในการสรรเสริญพระเจ้า

🖐 อธิษฐาน
พนมมืออธิษฐาน

🖐 การอบรมภาคความรู้
หงายมือขึ้นเหมือนท่านกำลังอ่านหนังสือ

🖐 การอบรมภาคปฏิบัติ
เคลื่อนมือไปข้างหน้าและกลับมาเหมือนกับว่าท่าน
กำลังแพร่กระจายเมล็ดพืช

ทำไมเราจึงต้องมีการนมัสการแบบง่าย?

มาระโก 12:30 จงรักองค์พระผู้เป็นเจ้าพระเจ้าของท่านอย่าง
สุดใจ สุดจิต สุดความคิดและสุดกำลังของท่าน

เรา..	ดังนั้นเราจึง...	สัญญาณมือ
รักพระเจ้า ด้วยสิ้นสุดใจ	สรรเสริญ	เอามือวางไว้ที่หัวใจแล้วยก มือขึ้นสรรเสริญพระเจ้า
รักพระเจ้า ด้วยสิ้นสุดจิต	อธิษฐาน	กำมือไว้ด้านข้างแล้วพนม มืออธิษฐาน
รักพระเจ้าด้วยสิ้นสุด ความคิด	การอบรมภาค ความรู้	เอามือวางไว้บนศีรษะ ด้านขวาทำท่าเหมือนกำลังใช้ ความคิด แล้วเอามือลงมาหงาย ขึ้นเหมือนกำลังอ่านหนังสือ
รักพระเจ้า ด้วยสิ้นสุดกำลัง	แบ่งปันสิ่งที่เรา ได้เรียนไปแล้ว (ภาคปฏิบัติ)	ยกแขนสองข้างขึ้นทำท่าเบ่ง กล้าม แล้วยื่นมือออกไปเหมือน กำลังหว่านเมล็ดพืช

การนมัสการแบบง่ายจำเป็นต้องใช้คนจำนวน เท่าไร?

มัทธิว 18:20 เพราะที่ไหนมีสองสามคนมาร่วมชุมนุมกันใน นามของเรา เราก็อยู่กับพวกเขาที่นั่น

ข้อพระคัมภีร์ท่องจำ

ยอห์น 13:34-35 เราให้บัญญัติใหม่แก่ท่านทั้งหลายคือ จงรักซึ่งกันและกัน พวกท่านต้องรักซึ่งกันและกันเหมือนที่เราได้รักพวกท่าน ถ้าท่านรักกันและกัน คนทั้งปวงจะรู้ว่าท่านทั้งหลายเป็นสาวกของเรา

การอบรมภาคปฏิบัติ

"ให้คนที่อายุมากกว่าของแต่ละคู่เป็นผู้นำ"

จบบทเรียน

การนมัสการแบบง่าย

1. เรื่องนี้เล่าอะไรเกี่ยวกับพระเจ้าให้กับเรา?
2. เรื่องนี้เล่าอะไรที่เกี่ยวกับผู้คนให้กับเรา?
3. เรื่องนี้จะช่วยให้ฉันทำตามอย่างพระเยซูได้อย่างไร?

ทำไมการเริ่มต้นกลุ่มสาวกจึงมีความสำคัญสำหรับท่าน?

แกะและเสือ ๙

4

การอธิษฐาน

การอธิษฐาน แนะนำผู้เรียนให้รู้จักพระเยซูในฐานะผู้บริสุทธิ์ พระองค์
ทรงดำเนินชีวิตด้วยความบริสุทธิ์ และทรงสิ้นพระชนม์เพื่อเราบนไม้
กางเขน พระเจ้าทรงบัญชาให้เราบริสุทธิ์เมื่อเราติดตามพระเยซู ผู้
บริสุทธิ์นมัสการพระเจ้า มีชีวิตที่บริสุทธิ์ และอธิษฐานเผื่อผู้อื่น การทำ
ตามแบบอย่างพระเยซูในการอธิษฐานนั้น เราสรรเสริญพระเจ้า กลับใจ
จากความบาปของเรา ทูลขอพระเจ้าสำหรับสิ่งต่างๆ ที่จำเป็น และยอม
จำนนต่อสิ่งที่พระองค์ทรงขอให้เราทำ

พระเจ้าทรงตอบคำอธิษฐานของเราในสี่ทางด้วยกันคือ ไม่ (ถ้าหาก
เราขอด้วยแรงจูงใจที่ผิด) รออีกหน่อย (ถ้าหากยังไม่ถึงเวลา) เติบโตขึ้น
อีก (ถ้าหากเราจำเป็นต้องพัฒนาให้เป็นผู้ใหญ่มากขึ้นก่อนที่พระองค์จะ
ประทานคำตอบแก่เรา) หรือ ได้ทันที (เมื่อเราอธิษฐานตามพระวจนะ
และอธิษฐานตรงกับน้ำพระทัยของพระองค์) ผู้เข้าอบรมท่องจำเบอร์
โทรศัพท์ของพระเจ้า คือ 3-3-3 ซึ่งมาจากพระธรรมเยเรมีย์ 33:3 และ
หนุนใจให้ทุกคน "โทรหา" พระเจ้าทุกวัน

นมัสการ

อธิษฐาน

1. เราจะอธิษฐานเผื่อคนที่หลงหายที่คุณรู้จักอย่างไร?

2. เราจะอธิษฐานเผื่อกลุ่มที่คุณกำลังฝึกอบรมอยู่อย่างไร?

การอบรมภาคความรู้

เกมส์โทรศัพท์ ๓๒

ทบทวน

ภาพทั้งแปดภาพที่ช่วยให้เราทำตามแบบอย่างพระเยซูมีอะไรบ้าง?

การทวีคูณ

สามสิ่งที่ผู้อารักขาทำมีอะไรบ้าง?

พระบัญชาแรกที่พระเจ้าให้ไว้กับมนุษย์คืออะไร?

พระบัญชาสุดท้ายที่พระเยซูให้ไว้กับมนุษย์คืออะไร?

ข้าพเจ้าจะเกิดผลและทวีคูณได้อย่างไร?

ทะเลสาบสองแห่งในอิสราเอลชื่ออะไรบ้าง?

ทำไมทะเลสาบทั้งสองแห่งจึงมีความแตกต่างกันมาก?

ท่านอยากเป็นเหมือนทะเลสาบแห่งใด?

การรัก

สามสิ่งที่ผู้เลี้ยงทำมีอะไรบ้าง?

พระบัญชาที่สำคัญที่สุด ที่เราควรสอนคนอื่นคืออะไร?

ความรักมาจากที่ใด?

การนมัสการแบบง่ายคืออะไร?

ทำไมเราจึงต้องมีการนมัสการแบบง่าย?

การนมัสการแบบง่ายจำเป็นต้องใช้คนจำนวนเท่าใด?

พระเยซูทรงมีพระลักษณะอย่างไร?

ลูกา 4:33-35 ชายคนหนึ่งในธรรมศาลามีวิญญาณชั่วเข้าสิง เขาร้องสุดเสียงว่า "พระเยซูแห่งนาซาเร็ธ ท่านต้องการอะไร จากพวกเรา? ท่านมาเพื่อทำลายพวกเราหรือ? ข้ารู้ว่าท่านเป็น ใครท่านคือองค์บริสุทธิ์ของพระเจ้า!" พระเยซูตรัสสั่งอย่าง เฉียบขาดว่า "เงียบ! ออกมาจากเขาเดี๋ยวนี้!" แล้วผีก็ทำให้คน นั้นล้มลงต่อหน้าคนทั้งปวง และออกมาโดยไม่ได้ทำอันตราย เขาแต่อย่างใด

_____

✋ พนมมืออธิษฐาน

สามสิ่งที่ผู้บริสุทธิ์ทำมีอะไรบ้าง?

มัทธิว 21:12-16 พระเยซูเสด็จเข้าไปในบริเวณพระวิหารและ ทรงขับไล่บรรดาผู้ที่ซื้อขายของกันที่นั่น ทรงคว่ำโต๊ะของผู้รับ แลกเงินและม้านั่งของคนขายนกพิราบ พระองค์ตรัสกับคน เหล่านั้นว่า "มีคำเขียนไว้ว่า นิเวศของเราจะได้ชื่อว่านิเวศแห่ง การอธิษฐาน แต่พวกเจ้ามาทำให้กลายเป็นซ่องโจร" คนตา บอดและคนง่อยพากันมาเข้าเฝ้าพระเยซูที่พระวิหาร และ พระองค์ทรงรักษาพวกเขา แต่เมื่อพวกหัวหน้าปุโรหิตและ

ธรรมาจารย์เห็นการอัศจรรย์ต่างๆ ที่ทรงกระทำและที่พวก
เด็กๆ ร้องตะโกนในเขตพระวิหารว่า "โฮซันนาแด่บุตรดาวิด" ก็
พากันไม่พอใจ พวกเขาทูลถามพระองค์ว่า "ท่านไม่ได้ยินสิ่งที่
เด็กๆ เหล่านี้กำลังพูดกันหรือ?" พระเยซูตรัสว่า "ได้ยินสิ พวก
ท่านไม่เคยอ่านพบบ้างหรือ? ที่ว่าพระองค์ทรงสถาปนาคำ
สรรเสริญจากริมฝีปากของเด็กและทารก"

1. _____

2. _____

3. _____

เราควรจะอธิษฐานอย่างไร?

*ลูกา 10:21 ขณะนั้นพระเยซูทรงเปี่ยมด้วยความชื่นชมยินดี
โดยทางพระวิญญาณบริสุทธิ์และตรัสว่า "ข้าแต่พระบิดาองค์
พระผู้เป็นเจ้าแห่งฟ้าสวรรค์และแผ่นดินโลก ข้าพระองค์
สรรเสริญพระองค์ เพราะพระองค์ทรงปิดบังสิ่งเหล่านี้จากคน
ฉลาดและผู้รู้ และทรงเปิดเผยแก่บรรดาเด็กเล็กๆ ข้าแต่พระ
บิดาเพราะพระองค์ทรงเห็นชอบเช่นนั้น"*

1. _____

🖐 ยกมือขึ้นในการนมัสการ

⊕

*ลูกา 18:10-14 "มีสองคนขึ้นไปอธิษฐานในบริเวณพระวิหาร
คนหนึ่งเป็นพวกฟาริสี และคนหนึ่งเป็นพวกเก็บภาษี คนฟาริสี*

นั้นยืนนึกในใจของตน อธิษฐานว่า 'ข้าแต่พระเจ้า ข้าพระองค์ โมทนาขอบพระคุณของพระองค์ ที่ข้าพระองค์ไม่เหมือนคนอื่น ซึ่งเป็นคนโลภ คนอธรรม และคนล่วงประเวณี และไม่เหมือน คนเก็บภาษีคนนี้ ในสัปดาห์หนึ่ง ข้าพระองค์ถืออดอาหารสอง หน และของสารพัดซึ่งข้าพระองค์หาได้ ข้าพระองค์ได้เอาสิบ ชักหนึ่งมาถวาย' แต่คนเก็บภาษีนั้นยืนอยู่แต่ไกล เขาไม่กล้า แม้แต่จะเงยหน้าขึ้นฟ้าแต่ทุบตีอกของตนและพูดว่า 'ข้าแต่ พระเจ้า ขอทรงเมตตาข้าพระองค์ผู้เป็นคนบาปด้วยเถิด' "เรา บอกท่านว่า คนนี้ต่างหากที่กลับบ้านไปโดยถือว่าเป็นผู้ชอบ ธรรมต่อหน้าพระเจ้า เพราะทุกคนที่ยกตนเองขึ้นจะถูกทำให้ ต่ำลง และผู้ที่ถ่อมตนลงจะได้รับการเชิดชูขึ้น"

2. _____

✋ เอาฝ่ามือหันออกบังหน้า แล้วหันศีรษะออกไป

⊕

ลูกา 11:9 ฉะนั้นเราบอกท่านว่า จงขอแล้วท่านจะได้รับ จงหา แล้วท่านจะพบ จงเคาะแล้วประตูจะเปิดให้แก่ท่าน

3. _____

✋ แบมือเป็นรูปถ้วยเพื่อพร้อมรับ

⊕

ลูกา 22:42 "ข้าแต่พระบิดา ถ้าพระองค์พอพระทัย ขอทรงเอา ถ้วยนี้ไปจากข้าพระองค์ อย่างไรก็ตามอย่าให้เป็นไปตามใจ ของข้าพระองค์ แต่ขอให้สำเร็จดังพระประสงค์ของพระองค์

4. _____

✋ พนมมือที่ระดับหน้าผากเพื่อเป็นการแสดงความ
เคารพ

อธิษฐานพร้อมกัน

พระเจ้าทรงตอบคำอธิษฐานของเราอย่างไร บ้าง?

*มัทธิว 20:20-22 แล้วภรรยาของเศเบดีพาบุตรชายทั้งสองของ
นางมาคุกเข่าทูลขอพระเยซู พระองค์ตรัสว่า "ท่านประสงค์สิ่ง
ใด?" นางทูลว่า "ขอให้ลูกชายของข้าพระองค์ได้นั่งใน
ราชอาณาจักรของพระองค์ คนหนึ่งอยู่ที่ข้างขวา อีกคนหนึ่งอยู่
ข้างซ้าย พระเยซูตรัสว่า "ท่านไม่รู้ว่ากำลังขออะไร ถ้วยที่เรา
กำลังจะดื่มพวกท่านดื่มได้หรือ? เขาทูลว่า "ได้พระเจ้าข้า"*

1. _____

✋ ส่ายศีรษะเพื่อเป็นสัญญาณบอกว่า "ไม่"

⊕

*ยอห์น 11:11-15 หลังจากที่พระองค์ตรัสดังนั้นแล้ว พระองค์
ตรัสบอกพวกเขาต่อไปว่า "ลาซารัสเพื่อนของเราหลับไป
แล้วแต่เราจะไปที่นั่นเพื่อปลุกเขาให้ตื่นขึ้นมา" เหล่าสาวกของ
พระองค์ทูลตอบว่า "พระองค์เจ้าข้าหากเขาหลับอาการก็คงจะ
ดีขึ้น" พระเยซูได้ตรัสถึงความตายของลาซารัสแต่พวกสาวก
คิดว่าทรงหมายถึงการนอนหลับธรรมดา ดังนั้นพระองค์จึงทรง
บอกพวกเขาตรงๆ ว่า "ลาซารัสตายแล้ว เพราะเห็นแก่พวก*

ท่านเราจึงดีใจที่ไม่ได้อยู่ที่นั่นเพื่อท่านจะได้เชื่อ แต่ให้พวกเรา
ไปหาเขากันเถิด"

2. _____

✋ เอามือทั้งสองข้างทำท่าผลักลงไปเหมือนกำลังบอก
   ให้รถยนต์ชะลอความเร็ว

⊕

ลูกา 9:51-56 เมื่อใกล้ถึงเวลาที่พระเยซูจะทรงถูกรับขึ้นสู่
สวรรค์ พระองค์ทรงตั้งพระทัยที่จะไปยังกรุงเยรูซาเล็ม และ
พระองค์ทรงส่งคนไปล่วงหน้า พวกเขาก็เข้าไปในหมู่บ้านแห่ง
หนึ่งของชาวสะมาเรียเพื่อเตรียมสิ่งต่างๆให้พร้อมสำหรับ
พระองค์ แต่ผู้คนที่นั่นไม่ต้อนรับพระองค์ เมื่อยากอบกับยอห์น
สาวกของพระองค์เห็นเช่นนี้ก็ทูลถามว่า "พระองค์เจ้าข้า
พระองค์ทรงต้องการให้พวกข้าพระองค์ ขอไฟจากสวรรค์ลงมา
ทำลายพวกเขาหรือไม่?" แต่พระองค์ทรงหันมาตำหนิพวกเขา
แล้วพวกเขาพากันไปยังอีกหมู่บ้านหนึ่ง

3. _____

✋ เอามือทั้งสองข้างทำท่าต้นไม้ต้นหนึ่งที่กำลังเติบโตขึ้น

⊕

ยอห์น 15:7 ถ้าพวกท่านคงอยู่ในเราและถ้อยคำของเราคงอยู่
ในพวกท่าน จงขอสิ่งใดๆ ที่พวกท่านปรารถนาแล้วพวกท่านจะ
ได้รับสิ่งนั้น

4. _____

✋ ผงกศีรษะ เป็นสัญญาณว่า "ได้" และทำมือส่ง
สัญญาณว่า "ไปได้"

ข้อพระคัมภีร์ท่องจำ

ลูกา 11:9 ฉะนั้นเราบอกท่านว่า จงขอแล้วท่านจะได้รับ จงหา
แล้วท่านจะพบจงเคาะแล้วประตูจะเปิดให้แก่ท่าน

การอบรมภาคปฏิบัติ

"ให้คนที่เตี้ยกว่าของแต่ละคู่เป็นผู้นำ"

จบบทเรียน

เบอร์โทรศัพท์ของพระเจ้า ๙

เยเรมีย์ 33:3 "จงร้องเรียกเราและเราจะตอบเจ้า และจะบอก
ถึงสิ่งที่ยิ่งใหญ่ สิ่งที่เจ้าไม่รู้และไม่อาจค้นพบได้นั้นแก่เจ้า"

สองมือ – สิบนิ้ว ๙

5

การเชื่อฟัง

การเชื่อฟัง แนะนำให้ผู้เข้าอบรมรู้จักพระเยซูในฐานะผู้รับใช้ ผู้รับใช้
ช่วยเหลือผู้คน พวกเขามีหัวใจที่ถ่อม และพวกเขาเชื่อฟังเจ้านายของ
พวกเขา ในทำนองเดียวกัน พระเยซูทรงรับใช้และติดตามพระบิดาของ
พระองค์ เวลานี้เรารับใช้และติดตามพระเยซู ในฐานะที่พระองค์ทรงเต็ม
ไปด้วยสิทธิอำนาจทั้งมวล พระองค์ทรงให้คำบัญชาแก่เราเพื่อจะเชื่อฟัง
สี่ประการ คือ จงออกไป สร้างสาวก ให้พวกเขารับบัพติศมา และสอน
พวกเขาให้เชื่อฟังทุกสิ่งที่พระองค์ทรงบัญชาไว้นั้น พระเยซูทรงสัญญาว่า
พระองค์จะทรงอยู่กับเราเสมอ เมื่อพระเยซูให้คำบัญชา เราควรเชื่อฟัง
ทุกเวลา เชื่อฟังอย่างทันที และเชื่อฟังจากหัวใจแห่งรัก

มรสุมชีวิตเกิดขึ้นกับทุกคน แต่คนฉลาดสร้างชีวิตของตนด้วยการ
เชื่อฟังพระบัญชาของพระเยซู คนโง่ไม่ทำอย่างนั้น สุดท้ายผู้เข้าอบรม
เริ่มต้นศึกษาแผนที่กิจการ 29 คือ ภาพทุ่งนาแห่งการเก็บเกี่ยวของพวก
เขาซึ่งพวกเขาจะนำเสนอในช่วงจบการสัมมนาสร้างสาวก

นมัสการ

อธิษฐาน

1. เราจะอธิษฐานเผื่อคนที่หลงหายที่คุณรู้จักอย่างไร?

2. เราจะอธิษฐานเผื่อกลุ่มที่คุณกำลังฝึกอบรมอยู่อย่างไร?

การอบรมภาคความรู้

เต้นท่าไก่ฟังกี้! ๗๑

ทบทวน

ภาพทั้งแปดภาพที่ช่วยให้เราทำตามแบบอย่างพระเยซูมีอะไรบ้าง?

การทวีคูณ

สามสิ่งที่ผู้อารักขาทำมีอะไรบ้าง?
พระบัญชาแรกที่พระเจ้าให้ไว้กับมนุษย์คืออะไร?
พระบัญชาสุดท้ายที่พระเยซูให้ไว้กับมนุษย์คืออะไร?
ข้าพเจ้าจะเกิดผลและทวีคูณได้อย่างไร?
ทะเลสาบสองแห่งในอิสราเอลชื่ออะไรบ้าง?
ทำไมทะเลสาบทั้งสองแห่งจึงมีความแตกต่างกันมาก?
ท่านอยากเป็นเหมือนทะเลสาบแห่งใด?

การรัก

สามสิ่งที่ผู้เลี้ยงทำมีอะไรบ้าง?
พระบัญชาที่สำคัญที่สุด ที่เราควรสอนคนอื่นคืออะไร?
ความรักมาจากที่ใด?
การนมัสการแบบง่ายคืออะไร?
ทำไมเราจึงต้องมีการนมัสการแบบง่าย?
การนมัสการแบบง่ายจำเป็นต้องใช้คนจำนวนเท่าใด?

การอธิษฐาน

สามสิ่งที่ผู้ชอบธรรมทำมีอะไรบ้าง?

เราควรอธิษฐานอย่างไร?

พระเจ้าตอบคำอธิษฐานของเราอย่างไรบ้าง?

เบอร์โทรศัพท์ของพระเจ้าคืออะไร?

พระเยซูทรงมีพระลักษณะอย่างไร?

มาระโก 10:45 เพราะแม้แต่บุตรมนุษย์ก็ไม่ได้มาเพื่อรับการ
ปรนนิบัติแต่มาเพื่อปรนนิบัติ และประทานชีวิตของพระองค์
เป็นค่าไถ่สำหรับคนเป็นอันมาก

🖐 ทำท่าตอกค้อน

สามสิ่งที่ผู้รับใช้กระทำมีอะไรบ้าง?

ฟิลิปปี 2:5-8 ท่านควรมีท่าทีแบบเดียวกับพระเยซูคริสต์ ผู้ทรง
สภาพพระเจ้า แต่ไม่ได้ยึดติดในความเท่าเทียมกับพระเจ้า
พระองค์กลับทรงสละทุกสิ่งมารับสภาพทาส บังเกิดเป็นมนุษย์
และเมื่อทรงปรากฏเป็นมนุษย์พระองค์ทรงถ่อมพระองค์ลง
และยอมเชื่อฟังแม้ต้องตายบนไม้กางเขน

1. _____

2. _____

3. _____

ใครมีสิทธิอำนาจสูงสุดในโลก?

มัทธิว 28:18 พระเยซูทรงเข้ามาหาพวกเขาและตรัสว่า "สิทธิ อำนาจทั้งสิ้นในสวรรค์และในแผ่นดินโลกทรงมอบไว้แก่เรา แล้ว

พระบัญชาสี่อย่างที่พระเยซูทรงให้แก่ผู้เชื่อทุก คน คืออะไร?

มัทธิว 28: 19-20ก ดังนั้นจงไปสร้างสาวกจากมวลประชาชาติ ให้เขารับบัพติศมาในพระนามของพระบิดา พระบุตร และพระ วิญญาณบริสุทธิ์ สอนเขาให้เชื่อฟังทุกสิ่งที่เราสั่งพวกท่านไว้...

1. _____

   🖐 ใช้นิ้วทำท่าเหมือนกำลังเดินไปข้างหน้า

2. _____

   🖐 ใช้สัญญาณมือทั้งสี่จากการนมัสการแบบง่าย คือ การสรรเสริญ การอธิษฐาน การอบรมภาคความรู้ การอบรม ภาคปฏิบัติ

3. _____

   🖐 เอามือข้างหนึ่งจับที่ข้อศอกของแขนอีกข้างหนึ่ง แล้ว ยกข้อศอกขึ้นลงเหมือนกับคนกำลังรับบัพติศมา

4. _____

   🖐 หงายฝ่ามือเข้าไว้ด้วยกันเหมือนกับว่าท่านกำลังอ่าน

หนังสือ แล้ว เคลื่อน "หนังสือ" เข้ามาและออกไปข้าง หน้าจากซ้ายไปขวา เหมือนกับว่าท่านกำลังสอนผู้คน อยู่

เราควรเชื่อฟังพระเยซูอย่างไร?

1. _____

🖐 เคลื่อนมือขวาจากด้านซ้ายไปด้านขวา

2. _____

🖐 ทำมือเคลื่อนจากด้านบนลงสู่ด้านล่างเหมือนกับ ไหล ลื่นลงอย่างรวดเร็ว

3. _____

🖐 ไขว้มือทั้งสองข้างที่หน้าอกแล้วยกมือสรรเสริญ พระเจ้า

พระเยซูทรงสัญญาสิ่งใดไว้กับผู้เชื่อทุกคน?

มัทธิว 28:20ข และแน่นอนเราจะอยู่กับท่านทั้งหลายเสมอไป ตราบจนสิ้นยุค

ข้อพระคัมภีร์ท่องจำ

ยอห์น 15:10 ถ้าพวกท่านเชื่อฟังคำบัญชาของเราพวกท่านก็ จะคงอยู่ในความรักของเราดังที่เราได้เชื่อฟังพระบัญชาของ พระบิดาของเราและคงอยู่ในความรักของพระองค์

การอบรมภาคปฏิบัติ

"ให้คนที่สูงที่สุดของแต่ละคู่เป็นผู้นำ"

จบบทเรียน

สร้างบนรากฐานแห่งความจริง ☙

มัทธิว 7:24-25 ฉะนั้นทุกคนที่ได้ยินคำเหล่านี้ของเราและนำไปปฏิบัติก็เป็นเหมือนคนฉลาดที่สร้างบ้านของตนบนศิลา ถึงฝนตก กระแสน้ำท่วมท้นขึ้นมาและลมพัดกระหน่ำบ้านนั้น แต่บ้านก็ไม่ได้พังลงเพราะมีฐานรากอยู่บนศิลา

มัทธิว 7:26-27 ส่วนผู้ที่ได้ยินคำเหล่านี้ของเราแต่ไม่ได้นำไปปฏิบัติก็เป็นเหมือนคนโง่ที่สร้างบ้านของตนบนทรายเมื่อฝนตก กระแสน้ำท่วมท้นขึ้นมาและลมพัดกระหน่ำบ้านนั้นก็พังทลายลง

แผนที่กิจการบทที่ 29 – ส่วนที่ 1 ☙

6

การดำเนินชีวิต

การดำเนินชีวิต แนะนำให้ผู้เข้าอบรมรู้จักพระเยซูในฐานะพระบุตร บุตรชาย/บุตรสาวย่อมให้เกียรติบิดาของเขา/เธอ ปรารถนาความสามัคคี และต้องการให้ครอบครัวประสบความสำเร็จ พระบิดาทรงเรียกพระเยซู ว่าเป็น "บุตรที่รัก" และพระวิญญาณบริสุทธิ์ทรงเสด็จมาประทับเหนือ พระเยซูเมื่อทรงรับบัพติศมา พระเยซูทรงประสบความสำเร็จในการทำ พระราชกิจของพระองค์เพราะพระองค์ทรงพึ่งพาฤทธิ์อำนาจของพระ วิญญาณบริสุทธิ์

ในทำนองเดียวกัน เราต้องพึ่งพาฤทธิ์อำนาจของพระวิญญาณ บริสุทธิ์ในชีวิตของเรา เรามีพระบัญชาสี่อย่างให้เชื่อฟังเนื่องด้วยพระ วิญญาณบริสุทธิ์ คือ ดำเนินในพระวิญญาณ อย่าทำให้พระวิญญาณ ทรงเสียพระทัย จงประกอบด้วยพระวิญญาณ และอย่าดับพระวิญญาณ พระเยซูทรงอยู่กับเราวันนี้และทรงต้องการช่วยเราเหมือนกับที่ทรงช่วย ประชาชนบนถนนไปสู่กาลิลี เราสามารถเรียกหาพระเยซูเมื่อเรา จำเป็นต้องได้รับการรักษาจากบางสิ่งที่หยุดยั้งเราจากการติดตาม พระองค์

นมัสการ

อธิษฐาน

1. เราจะอธิษฐานเผื่อคนที่หลงหายที่คุณรู้จักอย่างไร?

2. เราจะอธิษฐานเผื่อกลุ่มที่คุณกำลังฝึกอบรมอยู่อย่างไร?

การอบรมภาคความรู้

ไม่มีน้ำมัน ๗๘

ทบทวน

ภาพทั้งแปดภาพที่ช่วยให้เราทำตามแบบอย่างพระเยซูมีอะไรบ้าง?

การทวีคูณ

สามสิ่งที่ผู้อารักขาทำมีอะไรบ้าง?
พระบัญชาแรกที่พระเจ้าให้ไว้กับมนุษย์คืออะไร?
พระบัญชาสุดท้ายที่พระเยซูให้ไว้กับมนุษย์คืออะไร?
ข้าพเจ้าจะเกิดผลและทวีคูณได้อย่างไร?
ทะเลสาบสองแห่งในอิสราเอลชื่ออะไรบ้าง?
ทำไมทะเลสาบทั้งสองแห่งจึงมีความแตกต่างกันมาก?
ท่านอยากเป็นเหมือนทะเลสาบแห่งใด?

การรัก

สามสิ่งที่ผู้เลี้ยงทำมีอะไรบ้าง?
พระบัญชาที่สำคัญที่สุดที่เราควรสอนคนอื่นคืออะไร?

ความรักมาจากที่ใด?

การนมัสการแบบง่ายคืออะไร?

ทำไมเราจึงต้องมีการนมัสการแบบง่าย?

การนมัสการแบบง่ายจำเป็นต้องใช้คนจำนวนเท่าใด?

การอธิษฐาน

สามสิ่งที่ผู้ชอบธรรมทำมีอะไรบ้าง?

เราควรอธิษฐานอย่างไร?

พระเจ้าตอบคำอธิษฐานของเราอย่างไรบ้าง?

เบอร์โทรศัพท์ของพระเจ้าคืออะไร?

การเชื่อฟัง

สามสิ่งที่ผู้รับใช้ทำมีอะไรบ้าง?

ใครคือผู้มีสิทธิอำนาจสูงสุด?

คำสั่งสี่อย่างที่พระเยซูทรงให้แก่ผู้เชื่อทุกคนมีอะไรบ้าง?

เราควรเชื่อฟังพระเยซูอย่างไร?

พระเยซูทรงสัญญาสิ่งใดไว้กับเรา?

พระเยซูทรงมีพระลักษณะอย่างไร?

มัทธิว 3:16-17 เมื่อพระเยซูทรงรับบัพติศมาแล้ว ทันทีที่พระองค์เสด็จขึ้นจากน้ำ ฟ้าสวรรค์ก็เปิดออกและพระองค์ทรงเห็นพระวิญญาณของพระเจ้าดุจนกพิราบลงมาประทับอยู่กับพระองค์ และมีพระสุรเสียงตรัสจากฟ้าสวรรค์ว่า "นี่เป็นลูกของเรา ผู้ที่เรารัก เราพอใจเขายิ่งนัก"

"พระเยซูทรงเป็นพระบุตร คำว่า "บุตรมนุษย์" เป็นคำอธิบายถึงพระองค์เองที่พระเยซูทรงชอบใช้ พระองค์ทรงเป็นผู้แรกที่เรียกพระ

เจ้าแห่งนิรันดร์กาลว่า "พระบิดา"   เหตุเพราะการเป็นขึ้นมาจาก
ความตายของพระองค์ เวลานี้เราจึงสามารถเป็นสมาชิกใน
ครอบครัวของพระเจ้าได้ด้วยเช่นกัน"

✋ เอามือมาที่ปาก ทำท่าเหมือนกับว่าท่านกำลังทานอาหาร บุตร
ทั้งหลายก็ทานเยอะมาก!

สามสิ่งที่พระบุตรทรงกระทำ?

ยอห์น 17: 4, 18-21 (พระเยซูตรัสว่า) ข้าพระองค์ได้ถวาย
เกียรติสิริแด่พระองค์ในโลกโดยกระทำกิจที่พระองค์ทรง
มอบหมายให้แก่ข้าพระองค์จนสำเร็จครบถ้วน ข้าพระองค์ได้
ส่งพวกเขาเข้าไปในโลกเหมือนที่พระองค์ส่งข้าพระองค์เข้ามา
ในโลก เพราะพวกเขา ข้าพระองค์จึงชำระตนให้บริสุทธิ์ เพื่อ
พวกเขาจะได้รับการชำระให้บริสุทธิ์อย่างแท้จริงด้วย   ข้า
พระองค์มิได้อธิษฐานเผื่อคนเหล่านี้พวกเดียว แต่เพื่อคนทั้ง
ปวงที่วางใจในข้าพระองค์เพราะถ้อยคำของเขา เพื่อเขา
ทั้งหลายจะได้เป็นอันหนึ่งอันเดียวกัน ดังที่พระองค์ คือพระ
บิดาทรงสถิตในข้าพระองค์ และข้าพระองค์ในพระองค์ เพื่อให้
เขาเป็นอันหนึ่งอันเดียวกันกับพระองค์และกับข้าพระองค์ด้วย
เพื่อโลกจะได้เชื่อว่าพระองค์ทรงใช้ข้าพระองค์มา

1. _____

2. _____

3. _____

ทำไมพระราชกิจของพระเยซูจึงประสบความสำเร็จ?

ลูกา 4: 14 (หลังการทดลอง) พระเยซูเสด็จกลับไปยังแคว้น กาลิลีทรงเปี่ยมด้วยฤทธิ์อำนาจของพระวิญญาณ และ กิตติศัพท์ของพระองค์เลื่องลือไปทั่วแถบนั้น

พระเยซูทรงสัญญาสิ่งใดต่อผู้เชื่อเกี่ยวกับ พระวิญญาณบริสุทธิ์ก่อนที่จะเสด็จสู่กางเขน?

ยอห์น 14:16-18 และเราจะทูลขอต่อพระบิดาและพระองค์จะ ประทานที่ปรึกษาอีกองค์หนึ่งให้มาอยู่กับพวกท่านตลอดนิ รันดร์คือองค์พระวิญญาณแห่งความจริง โลกไม่อาจรับ พระองค์ เพราะโลกไม่เห็นและไม่รู้จักพระองค์ แต่ท่าน ทั้งหลายรู้จักพระองค์เพราะพระองค์ทรงดำรงอยู่กับพวกท่าน และจะอยู่ในพวกท่าน เราจะไม่ทิ้งพวกท่านให้เป็นลูกกำพร้า เราจะมาหาพวกท่าน

1. _____

2. _____

3. _____

4. _____

พระเยซูทรงสัญญาสิ่งใดต่อผู้เชื่อเกี่ยวกับ พระวิญญาณบริสุทธิ์หลังจากที่ทรงเป็นขึ้น จากความตาย?

กิจการ 1:8   แต่ท่านทั้งหลายจะได้รับฤทธิ์อำนาจ   เมื่อพระ วิญญาณบริสุทธิ์เสด็จมาเหนือพวกท่าน   และพวกท่านจะเป็น พยานฝ่ายเราในกรุงเยรูซาเล็มและทั่วแคว้นยูเดียกับสะมาเรีย จนถึงสุดปลายแผ่นดินโลก

พระบัญชาสี่อย่างที่ให้เราเชื่อฟังเกี่ยวกับ พระวิญญาณบริสุทธิ์ ได้แก่อะไรบ้าง?

กาลาเทีย 5:16 ดังนั้นข้าพเจ้าขอบอกว่าจงดำเนินชีวิตตามพระ วิญญาณ แล้วท่านจะไม่สนองตัณหาของวิสัยบาป

1. _____

👋 ใช้นิ้วมือของมือทั้งสองข้างทำท่า "เดิน"

✛

เอเฟซัส 4:30 และอย่าทำให้พระวิญญาณบริสุทธิ์ของพระเจ้า เสียพระทัย โดยพระวิญญาณนี้ท่านได้รับการประทับตราแล้ว สำหรับวันแห่งการทรงไถ่ให้รอด

2. _____

👋 ลูบตาเหมือนกับว่าท่านกำลังร้องไห้แล้วส่ายศีรษะ เป็นสัญญาณบอกว่า "ไม่"

เอเฟซัส 5:18 และอย่าเมาเหล้าองุ่นซึ่งจะทำให้เสียคน แต่จง
เปี่ยมด้วยพระวิญญาณ

3. _____

✋ ใช้มือทั้งสองข้างทำท่าไหลขึ้นไปจากเท้าจนถึงศีรษะ
ของท่าน

1 เธสะโลนิกา 5:19 อย่าดับไฟแห่งพระวิญญาณ

4. _____

✋ ตั้งนิ้วชี้ขึ้นเป็นเหมือนเทียนไขเล่มหนึ่ง ทำท่าทาง
เหมือน ว่าท่านกำลังพยายามเป่าให้มันดับ ส่ายศีรษะ
ของท่านเป็นสัญญาณว่า "ไม่"

ข้อพระคัมภีร์ท่องจำ

ยอห์น 7:38 ดังที่พระคัมภีร์เขียนไว้ ผู้ใดก็ตามที่เชื่อในเรา สาย
ธารซึ่งมีน้ำที่ให้ชีวิตจะไหลออกมาจากภายในผู้นั้น

การอบรมภาคปฏิบัติ

"ให้คนที่มาจากที่ไกลที่สุดของแต่ละคู่เป็นผู้นำ"

จบบทเรียน

พระเยซูทรงอยู่ที่นี่ ๗๒

ฮีบรู 13: 8 พระเยซูคริสต์ทรงเป็นเหมือนเดิมเสมอ ทั้งเมื่อวานนี้ วันนี้ และสืบไปนิรันดร์

มัทธิว 15: 30-31 ผู้คนมากมายมาเข้าเฝ้าพระองค์นำคนง่อย คนตาบอด คนพิการ คนใบ้ และคนป่วยอื่นๆ หลายคนมาวางแทบพระบาทและพระองค์ก็ทรงรักษาพวกเขา ประชาชนล้วนประหลาดใจเมื่อเห็นคนใบ้พูดได้ คนพิการหายเป็นปกติ คนง่อยเดินได้ และคนตาบอดมองเห็น เขาทั้งหลายพากันสรรเสริญพระเจ้าแห่งอิสราเอล

ยอห์น 10:10 ขโมยนั้นมาเพียงเพื่อลัก ฆ่า และทำลาย เราได้มาเพื่อเขาทั้งหลายจะมีชีวิต และมีชีวิตอย่างครบบริบูรณ์

7

การออกไป

การออกไป แนะนำพระเยซูในฐานะผู้แสวงหา ผู้แสวงหาค้นหาสถานที่
ใหม่ๆ ค้นหาคนที่หลงหาย และโอกาสใหม่ๆ พระเยซูทรงมีเกณฑ์ในการ
ตัดสินใจอย่างไรว่าจะไปรับใช้ที่ไหน? พระองค์ไม่ได้ตัดสินใจด้วยลำพัง
ตัวของพระองค์เอง พระองค์ทรงมองดูว่าพระเจ้าทรงกำลังทำงานอยู่ที่
ไหน แล้วพระองค์ก็ทรงร่วมมือกับพระเจ้า และทรงรู้ว่าพระเจ้าทรงรัก
พระองค์และจะสำแดงให้แก่พระองค์ เราควรจะมีเกณฑ์ในการตัดสินใจ
อย่างไรว่าจะรับใช้ที่ไหน? แน่นอนต้องเป็นเกณฑ์เดียวกันกับพระเยซู

พระเจ้าทรงกำลังทำงานที่ไหน? พระองค์ทรงกำลังทำงานใน
ท่ามกลางคนยากจน คนที่ถูกจองจำ คนเจ็บป่วย และคนที่ถูกข่มเหง อีก
ที่หนึ่งที่พระเจ้าทรงกำลังทำงานก็คือภายในครอบครัวของเราเอง
พระองค์ทรงต้องการช่วยกู้สมาชิกทุกคนในครอบครัวของเรา ผู้เข้าอบรม
กำหนดผู้คนและสถานที่ที่พระเจ้ากำลังทรงทำงานอยู่บนแผนที่กิจการ
29 ของพวกเขา

นมัสการ

อธิษฐาน

1. เราจะอธิษฐานเผื่อคนที่หลงหายที่คุณรู้จักอย่างไร?

2. เราจะอธิษฐานเผื่อกลุ่มที่คุณกำลังฝึกอบรมอยู่อย่างไร?

การอบรมภาคความรู้

ทบทวน

*ภาพทั้งแปดภาพที่ช่วยให้เราทำตามแบบอย่างพระเยซูมี
อะไรบ้าง?*

การรัก

สามสิ่งที่ผู้เลี้ยงทำมีอะไรบ้าง?
พระบัญชาที่สำคัญที่สุดที่เราควรสอนคนอื่นคืออะไร?
ความรักมาจากที่ใด?
การนมัสการแบบง่ายคืออะไร?
ทำไมเราจึงต้องมีการนมัสการแบบง่าย?
การนมัสการแบบง่ายจำเป็นต้องใช้คนจำนวนเท่าใด?

การอธิษฐาน

สามสิ่งที่ผู้ชอบธรรมทำมีอะไรบ้าง?
เราควรอธิษฐานอย่างไร?
พระเจ้าตอบคำอธิษฐานของเราอย่างไรบ้าง?
เบอร์โทรศัพท์ของพระเจ้าคืออะไร?

การเชื่อฟัง

สามสิ่งที่ผู้รับใช้ทำมีอะไรบ้าง?

ใครคือผู้มีสิทธิอำนาจสูงสุด?

คำสั่งสี่อย่างที่พระเยซูทรงให้แก่ผู้เชื่อทุกคนมีอะไรบ้าง?

เราควรเชื่อฟังพระเยซูอย่างไร?

พระเยซูทรงสัญญาสิ่งใดไว้กับเรา?

การดำเนินชีวิต

สามสิ่งที่พระบุตรทำมีอะไรบ้าง?

อะไรคือแหล่งแห่งฤทธิ์อำนาจในการทำพระราชกิจของ
พระเยซู?

ก่อนที่พระเยซูจะถูกตรึงที่กางเขน พระองค์ทรงสัญญาต่อผู้เชื่อ
เกี่ยวกับพระวิญญาณบริสุทธิ์ว่าอย่างไร?

หลังจากพระเยซูทรงเป็นขึ้นจากความตาย พระองค์ทรง
สัญญาต่อผู้เชื่อเกี่ยวกับพระวิญญาณบริสุทธิ์ว่าอย่างไร?

คำสั่งสี่อย่างที่ให้เราเชื่อฟังเกี่ยวกับพระวิญญาณบริสุทธิ์คือ
อะไร?

พระเยซูทรงมีพระลักษณะอย่างไร?

ลูกา 19:10 เพราะบุตรมนุษย์ได้มาเพื่อแสวงหาและช่วยผู้ที่
หลงหายให้รอด

✋ มองไปข้างหลังและข้างหน้าพร้อมกับเอามือป้องเหนือ
ดวงตา

สามสิ่งที่ผู้แสวงหาทำมีอะไรบ้าง?

*มาระโก 1:37-38 เมื่อพบแล้วจึงร้องทูลว่า "ใครต่อใครกำลัง
ตามหาพระองค์!" พระเยซูตรัสตอบว่า "ให้เราไปที่อื่นๆ ใน
ละแวกใกล้เคียงกันเถิดเพื่อเราจะได้ไปเทศนาที่นั่นด้วย ที่เรา
มาก็เพื่อการนี้แหละ"*

1. _____

2. _____

3. _____

พระเยซูมีเกณฑ์ในการตัดสินใจอย่างไรว่าจะ
ไปรับใช้ที่ไหน?

*ยอห์น 5:19-20 พระเยซูตรัสตอบพวกเขาว่า "เราบอกความ
จริงแก่ท่านว่า พระบุตรไม่อาจทำสิ่งใดโดยลำพังพระองค์เอง
พระองค์สามารถทำได้แต่เพียงสิ่งที่เห็นพระบิดาของพระองค์
ทรงกระทำ เพราะพระบิดาทรงกระทำสิ่งใดพระบุตรก็กระทำ
สิ่งนั้นด้วย เพราะพระบิดาทรงรักพระบุตร และสำแดงทุกสิ่งที่
ทรงกระทำให้พระบุตรเห็นท่านจะประหลาดใจที่พระองค์จะ
สำแดงให้พระบุตรเห็นสิ่งที่ยิ่งใหญ่กว่านี้อีก*

1. _____

✋ เอามือข้างหนึ่งวางบนหัวใจและส่ายศีรษะเป็น
สัญญาณบอกว่า "ไม่"

2. _____

✋ เอามือข้างหนึ่งป้องไว้เหนือตา แล้วมองหาไปทางซ้าย
และขวา

3. _____

✋ ยื่นมือชี้ไปข้างหน้าและผงกศีรษะตอบรับ

4. _____

✋ ยกมือขึ้นสรรเสริญพระเจ้าแล้วไขว้มือบนหัวใจ

เราจะมีเกณฑ์ในการตัดสินใจอย่างไรว่าจะไปรับใช้ที่ไหน?

*1 ยอห์น 2:5-6 แต่ถ้าผู้ใดเชื่อฟังพระดำรัสของพระองค์ ความ
รักของพระเจ้าก็เต็มบริบูรณ์อยู่ในผู้นั้นด้วยวิธีนี้เราจึงรู้ว่าเรา
อยู่ในพระองค์คือ ผู้ใดอ้างว่าอยู่ในพระองค์ ผู้นั้นต้องดำเนิน
ชีวิตอย่างที่พระเยซูได้ทรงดำเนิน*

_____

เราสามารถรู้ได้อย่างไรว่าพระเจ้ากำลังทำงานอยู่?

*ยอห์น 6:44 ไม่มีใครมาหาเราได้ นอกจากพระบิดาผู้ทรงส่งเรา
มานั้นทรงชักนำเขามาหาเรา และเราจะให้เขาเป็นขึ้นในวัน
สุดท้าย*

_____

พระเยซูทรงกำลังทำงานที่ไหน?

ลูกา 4:18-19 พระวิญญาณขององค์พระผู้เป็นเจ้าทรงอยู่เหนือ ข้าพเจ้า เพราะพระองค์ทรงเจิมตั้งข้าพเจ้าไว้ให้ประกาศข่าวดี แก่ผู้ยากไร้ พระองค์ทรงใช้ข้าพเจ้ามาประกาศอิสรภาพแก่ผู้ถูก จองจำ และให้คนตาบอดมองเห็น ให้ปลดปล่อยผู้ที่ถูกกดขี่ ให้ ประกาศปีแห่งความโปรดปรานขององค์พระผู้เป็นเจ้า

1. _____

2. _____

3. _____

4. _____

อีกที่หนึ่งที่พระเยซูทรงกำลังทำงานอยู่คือที่ ไหน?

วิญญาณชั่ว – ชายที่ถูกวิญญาณชั่วเข้าสิง – มาระโก 5

คอร์เนลิอัส – กิจการ 10

นายคุกที่เมืองฟิลิปปี – กิจการ 16

ข้อพระคัมภีร์ท่องจำ

ยอห์น 12:26 ผู้ที่รับใช้เราต้องตามเรามา และเราอยู่ที่ไหนผู้รับ ใช้ของเราจะอยู่ที่นั่นด้วย พระบิดาของเราจะให้เกียรติแก่ผู้ที่ รับใช้เรา

การอบรมภาคปฏิบัติ

“ให้คนที่*มีพี่น้องมากกว่า*ของแต่ละคู่เป็นผู้นำ”

จบบทเรียน

แผนที่กิจการบทที่ 29 – ส่วนที่ 2 ๛

8

การแบ่งปัน

การแบ่งปัน แนะนำพระเยซูในฐานะทหาร เหล่าทหารต่อสู้ศัตรู อดทนต่อ
ความยากลำบาก และปล่อยเชลยให้เป็นอิสระ พระเยซูทรงเป็นทหาร
เมื่อเราติดตามพระองค์ เราเองจะเป็นทหารด้วยเช่นกัน

ทันทีที่เราเข้าไปมีส่วนร่วมกับพระเจ้าในที่ที่พระองค์ทรงกำลังทำงาน
อยู่ เราจะเผชิญหน้ากับสงครามฝ่ายวิญญาณ แล้วผู้เชื่อปราบซาตานให้
พ่ายแพ้ได้อย่างไร? เราปราบมันได้โดยการสิ้นพระชนม์บนไม้กางเขน
ของพระเยซู โดยการแบ่งปันคำพยานของเรา และโดยการไม่กลัวตาย
เพื่อความเชื่อของเรา

คำพยานแบบหนึ่งที่เต็มด้วยฤทธิ์อำนาจ คือ การแบ่งปันเรื่องราว
ชีวิตของตัวเองก่อนที่จะมาพบพระเยซู มาพบพระเยซูได้อย่างไร และ
ความแตกต่างที่เกิดขึ้นในชีวิต เมื่อเราดำเนินชีวิตกับพระเยซู คำพยาน
จะมีประสิทธิภาพมากขึ้นเมื่อเราจำกัดการแบ่งปันของเราให้อยู่ภายใน
สามหรือสี่นาทีโดยไม่ต้องบอกอายุของเราตอนที่มารับเชื่อ (เพราะอายุ
ไม่สำคัญ) และใช้ภาษาที่คนไม่เป็นคริสเตียนสามารถเข้าใจได้ง่ายๆ

ชั่วโมงเรียนนี้จบด้วยการแข่งขันว่า ใครที่สามารถเขียนชื่อคนที่หลง
หายที่พวกเขารู้จักได้ถึง 40 คน ของรางวัลจะแจกให้แก่คนที่ได้ที่หนึ่ง
สอง และสาม แต่ในที่สุดทุกคนก็ได้รางวัลเหมือนกันหมดเพราะเราทุก
คนเป็น "ผู้ชนะ" เมื่อเรารู้วิธีแบ่งปันคำพยานของเรา

นมัสการ

อธิษฐาน

1. เราจะอธิษฐานเผื่อคนที่หลงหายที่คุณรู้จักอย่างไร?

2. เราจะอธิษฐานเผื่อกลุ่มที่คุณกำลังฝึกอบรมอยู่อย่างไร?

การอบรมภาคความรู้

ทบทวน

ภาพทั้งแปดภาพที่ช่วยให้เราทำตามแบบอย่างพระเยซูมี
อะไรบ้าง?

การอธิษฐาน

สามสิ่งที่ผู้ชอบธรรมทำมีอะไรบ้าง?
เราควรอธิษฐานอย่างไร?
พระเจ้าตอบคำอธิษฐานของเราอย่างไรบ้าง?
เบอร์โทรศัพท์ของพระเจ้าคืออะไร?

การเชื่อฟัง

สามสิ่งที่ผู้รับใช้ทำมีอะไรบ้าง?
ใครคือผู้มีสิทธิอำนาจสูงสุด?

คำสั่งสี่อย่างที่พระเยซูทรงให้แก่ผู้เชื่อทุกคนมีอะไรบ้าง?

เราควรเชื่อฟังพระเยซูอย่างไร?

พระเยซูทรงสัญญาสิ่งใดไว้กับเรา?

การดำเนินชีวิต

สามสิ่งที่พระบุตรทำมีอะไรบ้าง?

อะไรคือแหล่งแห่งฤทธิ์อำนาจในการทำพระราชกิจของพระเยซู?

ก่อนที่พระเยซูจะถูกตรึงที่กางเขน พระองค์ทรงสัญญาต่อผู้เชื่อเกี่ยวกับพระวิญญาณบริสุทธิ์ว่าอย่างไร?

หลังจากพระเยซูทรงเป็นขึ้นจากความตาย พระองค์ทรงสัญญาต่อผู้เชื่อเกี่ยวกับพระวิญญาณบริสุทธิ์ว่าอย่างไร?

คำสั่งสี่อย่างที่ให้เราเชื่อฟังเกี่ยวกับพระวิญญาณบริสุทธิ์คืออะไร?

การออกไป

สามสิ่งที่ผู้แสวงหาทำมีอะไรบ้าง?

พระเยซูมีเกณฑ์ในการตัดสินใจอย่างไรว่าจะไปรับใช้ที่ไหน?

เราควรมีเกณฑ์ในการตัดสินใจอย่างไรว่าจะไปรับใช้ที่ไหน?

เราจะรู้ได้อย่างไรว่าพระเจ้ากำลังทำงานอยู่?

พระเยซูกำลังทำงานที่ไหน?

อีกที่หนึ่งที่พระเยซูทรงกำลังทำงานอยู่คือที่ไหน?

พระเยซูทรงมีพระลักษณะอย่างไร?

มัทธิว 26:53 ท่านคิดว่าเราไม่อาจทูลขอพระบิดาหรือ? พระองค์จะให้ทูตสวรรค์กว่าสิบสองกองแก่เราทันที

✋ ทำมือยกดาบขึ้น

สามสิ่งที่ทหารทำมีอะไรบ้าง?

มาระโก 1:12-15 ทันใดนั้นพระวิญญาณทรงส่งพระองค์ไปยัง
ถิ่นทุรกันดาร และพระองค์ทรงถูกซาตานทดลองตลอดสี่สิบวัน
สี่สิบคืนที่ทรงอยู่ที่นั่น พระองค์ทรงอยู่กับสัตว์ป่า และเหล่าทูต
สวรรค์มาปรนนิบัติพระองค์ หลังจากยอห์นถูกขังคุก พระเยซู
เสด็จสู่แคว้นกาลิลี ทรงประกาศข่าวประเสริฐของพระเจ้า
พระองค์ตรัสว่า "ถึงเวลาแล้ว อาณาจักรของพระเจ้ามาใกล้
แล้ว จงกลับใจใหม่และเชื่อข่าวประเสริฐ

1. _____

2. _____

3. _____

เราปราบซาตานให้พ่ายแพ้ได้อย่างไร?

วิวรณ์ 12:11 พวกเขาชนะพญามารโดยพระโลหิตของพระเมษ
โปดก และโดยคำพยานของตน พวกเขาไม่กลัวตายไม่เสียดาย
ชีวิต

1. _____

✋ ใช้นิ้วชี้สลับชี้ไปที่ฝ่ามือของท่านทั้งสองข้าง – เป็น

สัญลักษณ์ของการถูกตรึงที่กางเขน

2. _____

✋ เอามือทั้งสองข้างป้องปากทำเหมือนกับว่าท่านกำลัง
พูดกับใครบางคนอยู่

3. _____

✋ เอาข้อมือทั้งสองข้างมาชิดกันเหมือนกับว่าถูกล่ามโซ่
อยู่

โครงสร้างคำพยานที่เต็มไปด้วยฤทธิ์อำนาจ
เป็นอย่างไร?

1. _____

✋ ชี้นิ้วไปด้านหน้าทางด้านซ้ายมือ

2. _____

✋ ชี้นิ้วไปด้านหน้าตรงกลาง

3. _____

✋ หันไปทางด้านขวาและโบกมือขึ้นลง

4. _____

✋ ชี้นิ้วไปที่ขมับ – ทำท่าเหมือนท่านกำลังคิดเกี่ยวกับ
คำถาม

อะไรคือแนวทางที่สำคัญต่อการปฏิบัติตาม?

1. ________________________________

2. ________________________________

3. ________________________________

ข้อพระคัมภีร์ท่องจำ

1 โครินธ์ 15:3-4 เพราะเรื่องที่ข้าพเจ้าได้ยินนั้นเป็นเรื่องที่สำคัญที่สุด และข้าพเจ้าได้ถ่ายทอดให้ท่านคือพระคริสต์ทรงวายพระชนม์เพราะบาปของเราตามที่เขียนไว้ในพระคัมภีร์ทรงถูกฝังไว้และในวันที่สามพระเจ้าทรงให้พระองค์เป็นขึ้นจากความตายตามที่พระคัมภีร์ระบุไว้

การอบรมภาคปฏิบัติ

"ขอให้คนที่*เสียงดังที่สุด*ในแต่ละคู่เป็นคนที่เริ่มต้นก่อน"

เกลือและน้ำตาล ๙

จบบทเรียน

ใครเขียนรายชื่อคนที่หลงหายสี่สิบคนได้เร็วที่สุด?

9

การหว่าน

การหว่าน แนะนำพระเยซูในฐานะผู้หว่าน ผู้ที่หว่านย่อมเพาะเมล็ดพันธุ์ เอาใจใส่ดูแลทุ่งนา และชื่นชมยินดีเมื่อถึงเวลาเก็บเกี่ยวผลครั้งใหญ่ พระ เยซูทรงเป็นผู้หว่านและทรงอยู่ภายในเรา เมื่อเราติดตามพระองค์ เราจะ เป็นผู้หว่านด้วย เมื่อเราหว่านเล็กน้อย เราก็จะเก็บเกี่ยวได้เพียงเล็กน้อย แต่เมื่อเราหว่านมาก เราก็จะเก็บเกี่ยวมาก

เราควรหว่านสิ่งใดเข้าไปในชีวิตของผู้คน?   มีเพียงพระกิตติคุณ เท่านั้นที่สามารถเปลี่ยนแปลงพวกเขาและนำพวกเขากลับมายัง ครอบครัวของพระเจ้าได้ เมื่อเรารู้ว่าพระเจ้าทรงกำลังทำงานในชีวิตของ บุคคลหนึ่ง เราแบ่งปันพระกิตติคุณแบบง่ายๆ ให้แก่พวกเขา เรารู้ว่าฤทธิ์ อำนาจของพระเจ้าช่วยพวกเขาให้รอดได้

นมัสการ

อธิษฐาน

1.   เราจะอธิษฐานเผื่อคนที่หลงหายที่คุณรู้จักอย่างไร?

2.   เราจะอธิษฐานเผื่อกลุ่มที่คุณกำลังฝึกอบรมอยู่อย่างไร?

การอบรมภาคความรู้

ทบทวน

ภาพทั้งแปดภาพที่ช่วยให้เราทำตามแบบอย่างพระเยซูมี
อะไรบ้าง?

การเชื่อฟัง
สามสิ่งที่ผู้รับใช้ทำมีอะไรบ้าง?
ใครคือผู้มีสิทธิอำนาจสูงสุด?
คำสั่งสี่อย่างที่พระเยซูทรงให้แก่ผู้เชื่อทุกคนมีอะไรบ้าง?
เราควรเชื่อฟังพระเยซูอย่างไร?
พระเยซูทรงสัญญาสิ่งใดไว้กับเรา?

การดำเนินชีวิต
สามสิ่งที่พระบุตรทำมีอะไรบ้าง?
อะไรคือแหล่งแห่งฤทธิ์อำนาจในการทำพระราชกิจของ
พระเยซู?
ก่อนที่พระเยซูจะถูกตรึงที่กางเขน พระองค์ทรงสัญญาต่อผู้เชื่อ
เกี่ยวกับพระวิญญาณบริสุทธิ์ว่าอย่างไร?
หลังจากพระเยซูทรงเป็นขึ้นจากความตาย พระองค์ทรง
สัญญาต่อผู้เชื่อเกี่ยวกับพระวิญญาณบริสุทธิ์ว่าอย่างไร?
คำสั่งสี่อย่างที่ให้เราเชื่อฟังเกี่ยวกับพระวิญญาณบริสุทธิ์คือ
อะไร?

การออกไป

สามสิ่งที่ผู้แสวงหาทำมีอะไรบ้าง?

พระเยซูมีเกณฑ์ในการตัดสินใจอย่างไรว่าจะไปรับใช้ที่ไหน?

เราควรมีเกณฑ์ในการตัดสินใจอย่างไรว่าจะไปรับใช้ที่ไหน?

เราจะรู้ได้อย่างไรว่าพระเจ้ากำลังทำงานอยู่?

พระเยซูกำลังทำงานที่ไหน?

อีกที่หนึ่งที่พระเยซูทรงกำลังทำงานอยู่คือที่ไหน?

การแบ่งปัน

สามสิ่งที่ทหารทำมีอะไรบ้าง?

เราเอาชนะซาตานได้อย่างไร?

โครงร่างคำพยานที่เต็มไปด้วยฤทธิ์อำนาจคืออะไร?

แนวทางที่สำคัญต่อการปฏิบัติตามคืออะไร?

พระเยซูทรงมีพระลักษณะอย่างไร?

มัทธิว 13:36-37 จากนั้นทรงละฝูงชนเข้าไปในบ้าน เหล่าสาวกมาทูลพระองค์ว่า "ขอทรงอธิบายคำอุปมาเรื่องวัชพืชด้วยเถิด" พระเยซูตรัสตอบว่า "ผู้ที่หว่านเมล็ดพันธุ์ดีคือบุตรมนุษย์..."

✋ หว่านเมล็ดพันธุ์ด้วยมือ

สามสิ่งที่ผู้หว่านทำมีอะไรบ้าง?

มาระโก 4:26-29 พระองค์ตรัสด้วยว่า "อาณาจักรของพระเจ้า

เป็นเหมือนคนหนึ่งหว่านเมล็ดพืชลงในดิน ทั้งวันทั้งคืนไม่ว่า เขาหลับหรือตื่น เมล็ดพืชก็งอกและเติบโตขึ้นแม้เขาไม่รู้ว่ามัน งอกขึ้นได้อย่างไร ดินทำให้มันงอกเป็นอ่อนแล้วออกรวง จากนั้นมีเมล็ดข้าวเต็มรวง เมื่อข้าวสุกแล้วเขาก็ใช้เคียวเกี่ยว เพราะถึงฤดูเกี่ยวแล้ว

1. _____

2. _____

3. _____

พระกิตติคุณแบบง่ายคืออะไร?

ลูกา 24:1-7 แต่เช้ามืดในวันต้นสัปดาห์ ผู้หญิงเหล่านั้นจึงนำ เครื่องหอมที่เขาได้จัดเตรียมไว้มาถึงอุโมงค์ เขาเหล่านั้นเห็น ก้อนหินกลิ้งออกพ้นจากปากอุโมงค์แล้ว และเมื่อเข้าไปมิได้ เห็นพระศพของพระเยซูเจ้า เมื่อเขากำลังคิดฉงนด้วย เหตุการณ์นั้น ดูเถิด มีชายสองคนยืนอยู่ใกล้เขา เครื่องนุ่งห่ม แพรวพราวจนพร่าตา ฝ่ายผู้หญิงเหล่านั้นกลัวและซบหน้าลง ถึงดิน ชายสองคนนั้นจึงพูดกับเขาว่า "พวกท่านแสวงหาคน เป็นในพวกคนตายทำไมเล่า พระองค์ไม่อยู่ที่นี่ แต่ทรงเป็นขึ้น มาแล้ว จงระลึกถึงคำที่พระองค์ได้ตรัสกับท่านทั้งหลาย เมื่อ พระองค์ยังอยู่ในแคว้นกาลิลีว่า 'บุตรมนุษย์จะต้องถูกอายัดไว้ ในมือของคนบาป และต้องถูกตรึงที่กางเขน และวันที่สามจะ เป็นขึ้นมาใหม่'"

อันดับแรก

    1. _____

       ✋ ทำมือทั้งสองข้างเป็นวงกลมใหญ่ๆ

    2. _____

       ✋ เอามือทั้งสองข้างมาประสานกัน

อันดับที่สอง

    1. _____

       ✋ กำหมัดขึ้นเหมือนกับว่าท่านต้องการต่อสู้

    2. _____

       ✋ เอามือประสานกันแล้วจากนั้นดึงออกจากกัน

อันดับที่สาม

    1. _____

       ✋ ยกมือขึ้นเหนือศีรษะและเคลื่อนลงมา

    2. _____

       ✋ เอานิ้วชี้ของแต่ละมือจิ้มไปที่กลางฝ่ามืออีกข้างหนึ่ง

    3. _____

การสร้างสาวกที่สร้างต่อได้

🖐 จับข้อศอกด้านขวาด้วยมือซ้ายและเคลื่อนแขวนขวาไป
ทางด้านหลัง เหมือนกับถูกฝัง

4. _____

🖐 ยกแขนกลับมาพร้อมกับชูนิ้วสามนิ้ว

5. _____

🖐 ผลักมือลงโดยหงายฝ่ามือออก จากนั้นจึงยกขึ้นไขว้
หัวใจ

อันดับที่สี่

1. _____

✋ ยกมือขึ้นนมัสการผู้ที่คุณเชื่อ

2. _____

🖐 หงายฝ่ามือออกมาด้านนอกโดยเอาบังหน้า แล้วหัน
ศีรษะไปอีกทาง

3. _____

🖐 หงายมือชิดกันทำท่ารับ

4. _____

✋ ปรบมือพร้อมกัน

ข้อพระคัมภีร์ท่องจำ

ลูกา 8:15 แต่เมล็ดที่ตกบนดินดีนั้นคือผู้ที่จิตใจดีงามสูงส่ง ผู้ได้ยินพระวจนะแล้วรับไว้และเกิดผลด้วยความอดทนบากบั่น

การอบรมภาคปฏิบัติ

จบบทเรียน

กิจการ 29:21 อยู่ที่ไหน? ☙

แผนที่กิจการ บทที่ 29 – ส่วนที่ 3 ☙

10

การแบกกางเขน

การแบกกางเขน เป็นชั่วโมงเรียนสุดท้ายของการสัมมนา พระเยซูทรง
บัญชาให้เราแบกกางเขนและติดตามพระองค์ทุกวัน แผนที่กิจการ 29
เป็นภาพของกางเขนที่พระเยซูทรงเรียกให้ผู้เข้าอบรมแต่ละคนแบกไว้

    ในบทเรียนสุดท้ายนี้ ผู้เข้าอบรมนำเสนอแผนที่กิจการ 29 ของพวก
เขาต่อกลุ่ม หลังจากแต่ละการนำเสนอ ทุกคนในกลุ่มจะวางมือบนผู้นำ
เสนอและแผนที่กิจการ 29 โดยอธิษฐานขอพระพรและการเจิมของพระ
เจ้ามาเหนือพันธกิจรับใช้ แล้วกลุ่มจึงท้าทายผู้นำเสนอโดยการย้ำถึงพระ
บัญชาว่า "แบกกางเขนของคุณและติดตามพระเยซู" สามรอบ   ผู้เข้า
อบรมหมุนเวียนกันนำเสนอแผนที่กิจการ 29 ของพวกเขาจนครบทุกคน
เวลาการฝึกอบรมจบลงด้วยการนมัสการที่พูดถึงการอุทิศตนเพื่อการ
สร้างสาวกและอธิษฐานปิดโดยผู้นำฝ่ายวิญญาณผู้เป็นที่ยอมรับนับถือ

นมัสการ

อธิษฐาน

ทบทวน

ภาพทั้งแปดภาพที่ช่วยให้เราทำตามแบบอย่างพระเยซูมี
อะไรบ้าง?

การทวีคูณ

สามสิ่งที่ผู้อารักขาทำมีอะไรบ้าง?
พระบัญชาแรกที่พระเจ้าให้ไว้กับมนุษย์คืออะไร?
พระบัญชาสุดท้ายที่พระเยซูให้ไว้กับมนุษย์คืออะไร?
ข้าพเจ้าจะเกิดผลและทวีคูณได้อย่างไร?
ทะเลสาบสองแห่งในอิสราเอลชื่ออะไรบ้าง?
ทำไมทะเลสาบทั้งสองแห่งจึงมีความแตกต่างกันมาก?
ท่านอยากเป็นเหมือนทะเลสาบแห่งใด?

การรัก

สามสิ่งที่ผู้เลี้ยงทำมีอะไรบ้าง?
พระบัญชาที่สำคัญที่สุดที่เราควรสอนคนอื่นคืออะไร?
ความรักมาจากที่ใด?
การนมัสการแบบง่ายคืออะไร?
ทำไมเราจึงต้องมีการนมัสการแบบง่าย?
การนมัสการแบบง่ายจำเป็นต้องใช้คนจำนวนเท่าใด?

การอธิษฐาน

สามสิ่งที่ผู้ชอบธรรมทำมีอะไรบ้าง?
เราควรอธิษฐานอย่างไร?
พระเจ้าตอบคำอธิษฐานของเราอย่างไรบ้าง?
เบอร์โทรศัพท์ของพระเจ้าคืออะไร?

การเชื่อฟัง

สามสิ่งที่ผู้รับใช้ทำมีอะไรบ้าง?

ใครคือผู้มีสิทธิอำนาจสูงสุด?

คำสั่งสี่อย่างที่พระเยซูทรงให้แก่ผู้เชื่อทุกคนมีอะไรบ้าง?

เราควรเชื่อฟังพระเยซูอย่างไร?

พระเยซูทรงสัญญาสิ่งใดไว้กับเรา?

การดำเนินชีวิต

สามสิ่งที่พระบุตรทำมีอะไรบ้าง?

อะไรคือแหล่งแห่งฤทธิ์อำนาจในการทำพระราชกิจของ
พระเยซู?

ก่อนที่พระเยซูจะถูกตรึงที่กางเขน พระองค์ทรงสัญญาต่อผู้เชื่อ
เกี่ยวกับพระวิญญาณบริสุทธิ์ว่าอย่างไร?

หลังจากพระเยซูทรงเป็นขึ้นจากความตาย พระองค์ทรง
สัญญาต่อผู้เชื่อเกี่ยวกับพระวิญญาณบริสุทธิ์ว่าอย่างไร?

คำสั่งสี่อย่างที่ให้เราเชื่อฟังเกี่ยวกับพระวิญญาณบริสุทธิ์คือ
อะไร?

การออกไป

สามสิ่งที่ผู้แสวงหาทำมีอะไรบ้าง?

พระเยซูมีเกณฑ์ในการตัดสินใจอย่างไรว่าจะไปรับใช้ที่ไหน?

เราควรมีเกณฑ์ในการตัดสินใจอย่างไรว่าจะไปรับใช้ที่ไหน?

เราจะรู้ได้อย่างไรว่าพระเจ้ากำลังทำงานอยู่?

พระเยซูกำลังทำงานที่ไหน?

อีกที่หนึ่งที่พระเยซูทรงกำลังทำงานอยู่คือที่ไหน?

การแบ่งปัน

สามสิ่งที่ทหารทำมีอะไรบ้าง?

เราเอาชนะซาตานได้อย่างไร?

โครงร่างคำพยานที่เต็มไปด้วยฤทธิ์อำนาจคืออะไร?

แนวทางที่สำคัญต่อการปฏิบัติตามคืออะไร?

การหว่าน

สามสิ่งที่ผู้หว่านทำมีอะไรบ้าง?

พระกิตติคุณแบบง่ายที่เราแบ่งปันคืออะไร?

การอบรมภาคความรู้

พระเยซูสั่งให้ผู้ติดตามพระองค์ทำสิ่งใดบ้างในทุกๆ วัน?

ลูกา 9:23   จากนั้นพระองค์ตรัสกับเขาทั้งปวงว่า "หากผู้ใดปรารถนาจะตามเรามา เขาต้องปฏิเสธตนเอง รับกางเขนของตนแบกทุกวันและตามเรามา"

_____

สี่เสียงที่เรียกเราให้แบกกางเขนมีอะไรบ้าง?

มาระโก 16:15   พระองค์ตรัสกับพวกเขาว่า"จงออกไปทั่วโลกประกาศข่าวประเสริฐแก่คนทั้งปวง

1. _____

👋 *ชี้นิ้วขึ้นไปบนท้องฟ้า*

⊕

ลูกา 16:27-28 เขาจึงตอบว่า "ท่านบิดาเจ้าข้า ถ้าเช่นนั้น *ข้าพเจ้าขอวิงวอนให้ส่งลาซารัสไปยังบ้านบิดาของข้าพเจ้า เพราะข้าพเจ้ามีพี่น้องห้าคน ให้ลาซารัสไปเตือนเขา เพื่อว่า พวกเขาจะได้ไม่ต้องมาที่ทรมานนี้ด้วย"*

2. _____

👋 *ชี้นิ้วลงไปที่พื้นดิน*

⊕

1 โครินธ์ 9:16 กระนั้นเมื่อข้าพเจ้าประกาศข่าวประเสริฐ *ข้าพเจ้าก็ไม่มีเหตุที่จะอวดได้ เพราะข้าพเจ้าจำต้องประกาศ วิบัติแก่ข้าพเจ้าหากข้าพเจ้าไม่ประกาศข่าวประเสริฐ*

3. _____

👋 *ชี้นิ้วที่หัวใจของท่าน*

⊕

กิจการ 16:9 ในเวลากลางคืนเปาโลได้รับนิมิตเห็นชาว *มาซิโดเนียคนหนึ่งยืนอ้อนวอนว่า "โปรดมาช่วยพวกข้าพเจ้าที่ แคว้นมาซิโดเนียด้วยเถิด"*

4. _____

✋ กวักมือต่อกลุ่มเป็นการบอกว่า "มาที่นี่"

แผนที่กิจการบทที่ 29 ๙

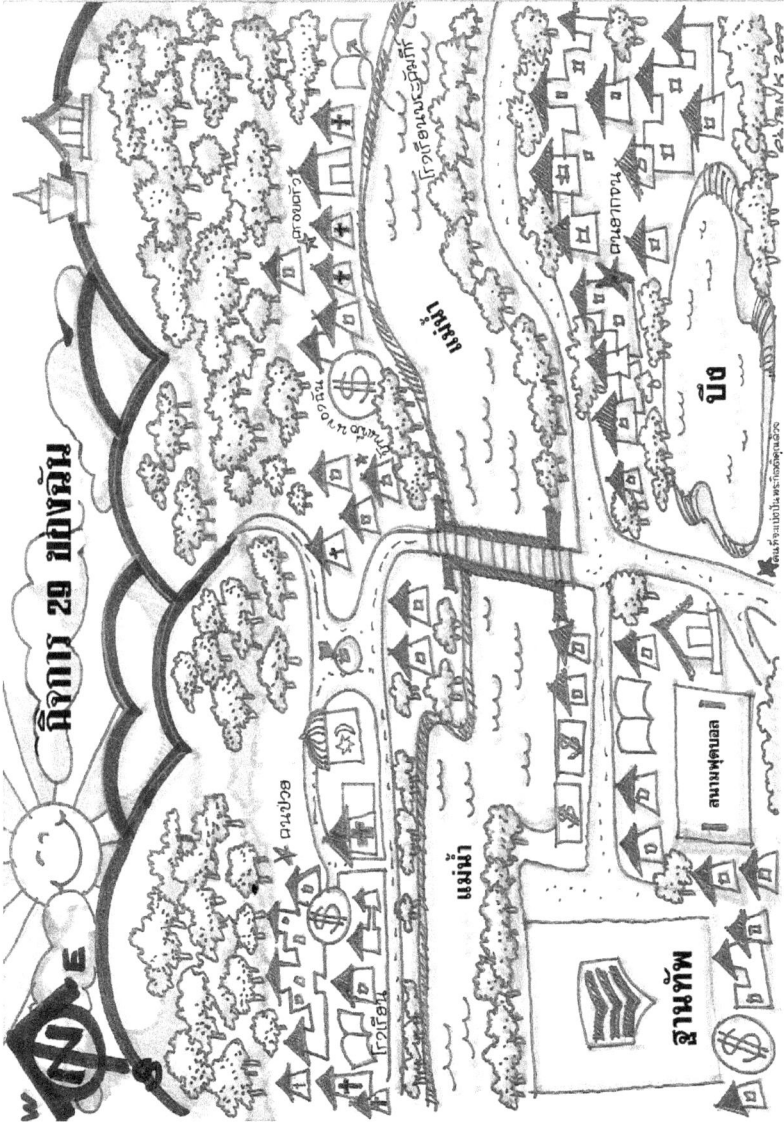

การอบรมผู้อบรม

ชั่วโมงฝึกอบรมนี้ให้รายละเอียดเกี่ยวกับวิธีการฝึกผู้อบรมด้วยวิธีการ
ถอดแบบ สิ่งแรก เราจะแบ่งปันกับท่านถึงผลลัพธ์ ที่ท่านสามารถ
คาดหวังได้อย่างเหมาะสมหลังจากการฝึกอบรมคนอื่นๆ ด้วย ***การ
สร้างสาวกที่สร้างต่อได้***" จากนั้น เราจะให้แนวทางแก่ท่านสำหรับ
ขั้นตอนการฝึกอบรมซึ่งประกอบไปด้วย 1) การนมัสการ, 2) การ
อธิษฐาน, 3) การอบรมภาคความรู้ และ 4) การอบรมภาคปฏิบัติ
ทั้งหมดนี้ตั้งอยู่บนพื้นฐานของพระบัญชาที่สำคัญที่สุด สุดท้ายเราจะ
แบ่งปันหลักการบางประการที่เป็นกุญแจสำคัญในการฝึกอบรมผู้อบรม
ที่เราได้ค้นพบจากประสบการณ์การฝึกอบรมผู้อบรมเป็นนับพันครั้ง

จุดประสงค์ของการฝึกอบรม

หลังจากจบการอบรม"*การสร้างสาวกที่สร้างต่อได้*" แล้ว ผู้เข้าอบรมจะ
สามารถ:

- สอนบทเรียนพื้นฐานทั้ง 10 บท ซึ่งตั้งอยู่บนพื้นฐานของสิ่งที่
พระคริสต์กระทำต่อผู้อื่น โดยใช้ขั้นตอนการอบรมเพื่อให้สอน
ผู้อื่นต่อไปได้

- จดจำภาพทั้ง 8 ภาพที่แสดงให้เห็นอย่างชัดเจนถึงการเป็นผู้ทำ
ตามอย่างพระเยซูได้

- นำกลุ่มย่อยให้มีประสบการณ์ในการนมัสการบนพื้นฐานของ
พระมหาบัญชาที่สำคัญที่สุด

- แบ่งปันคำพยานที่เต็มไปด้วยฤทธิ์อำนาจและนำเสนอพระกิตติ
คุณด้วยความมั่นใจ

- นำเสนอนิมิตที่เป็นรูปธรรมในการเข้าหาผู้หลงหายและ ฝึกอบรมผู้เชื่อโดยการใช้แผนผังกิจการบทที่ 29
- เริ่มต้นกลุ่มสาวก (ซึ่งบางกลุ่มจะกลายมาเป็นคริสตจักร) และ ฝึกอบรมผู้อื่นให้ทำอย่างเดียวกัน

ขั้นตอน

ในการศึกษาแต่ละครั้งขอให้ใช้รูปแบบอย่างเดียวกัน โดยมีตารางเวลา เป็นระเบียบการดังต่อไปนี้

นมัสการ

- 10 นาที ขอให้สักคนหนึ่งอธิษฐานเปิดการประชุมด้วยการขอ พระพรจากพระเจ้าและขอการทรงนำสำหรับทุกคนในกลุ่ม ให้ แต่งตั้งคนใดคนหนึ่งในกลุ่มให้เป็นผู้นำเพลงนมัสการ (ซึ่งขึ้นอยู่ กับบริบทของท่าน) สามารถเลือกใช้เครื่องดนตรีได้

อธิษฐาน

- 10 นาที ให้ผู้เข้าอบรมจับคู่กับผู้ที่เขาไม่เคยเป็นคู่ด้วยมาก่อน แล้วให้แต่ละคู่แบ่งปันคำตอบของคำถามต่อไปนี้แก่กันและกัน

    1. เราจะอธิษฐานเผื่อคนที่ยังไม่รู้จักพระเจ้าที่เรารู้จักให้ ได้รับความรอดอย่างไร?

    2. เราจะอธิษฐานเผื่อกลุ่มฝึกอบรมที่คุณกำลังฝึกอบรม อยู่ได้อย่างไร?

- ถ้าหากผู้เข้าอบรมยังไม่ได้เริ่มต้นกลุ่ม ขอให้คู่ของพวกเขาช่วย
  เขาเขียนรายชื่อเพื่อนๆ และสมาชิกครอบครัวของพวกเขาเท่าที่
  เป็นไปได้เพื่อเป็นการฝึกหัด แล้วจึงอธิษฐานร่วมกับผู้เข้าอบรม
  สำหรับรายชื่อของบุคคลเหล่านั้น

การอบรมภาคความรู้ (30 นาที)

ระบบการฝึกอบรมตามอย่างพระเยซู ใช้กระบวนการดังต่อไปนี้:
นมัสการ อธิษฐาน อบรมภาคความรู้ อบรมภาคปฏิบัติ ซึ่งกระบวนการ
เหล่านี้ตั้งอยู่บนพื้นฐานการนมัสการแบบง่ายและมีการเขียนอธิบายไว้
ในหน้าที่ 31 และสิบบทเรียนในคู่มือ FJT ในภาค "การอบรมภาค
ความรู้" ถูกอธิบายไว้ดังต่อไปนี้

- แต่ละช่วงของ "การอบรมภาคความรู้" จะเริ่มต้นด้วยการ
  "ทบทวน" ภาพของพระคริสต์ทั้ง 8 ภาพและบทเรียนต่างๆ ที่
  ได้ศึกษาจนเข้าใจแล้ว เมื่อจบการฝึกอบรม ผู้เข้าอบรมจะ
  สามารถท่องจำการสัมมนาทั้งหมดได้

- หลังจากการ "ทบทวน" แล้ว ขอให้ผู้อบรมหรือผู้อบรมฝึกหัดทำ
  การอบรมผู้เข้าอบรมด้วยบทเรียนที่ใช้ในปัจจุบัน ย้ำผู้เข้า
  อบรมให้ฟังอย่างตั้งใจเพราะพวกเขาจะต้องฝึกอบรมกันเอง
  ภายหลัง

- เมื่อผู้อบรมนำเสนอบทเรียน พวกเขาควรใช้การจัดลำดับ
  ดังต่อไปนี้

  1.   ถามคำถาม

  2.   อ่านข้อพระคัมภีร์

3. หนุนใจผู้เข้าอบรมให้ตอบคำถาม

*ในขั้นตอนนี้เราให้พระวจนะของพระเจ้ามีสิทธิอำนาจ
สูงสุดสำหรับชีวิต ไม่ใช่ผู้อบรม บ่อยครั้งที่ผู้อบรมถาม
คำถาม แล้วก็ให้คำตอบ หลังจากนั้นก็ยกข้อพระคัมภีร์
เพื่อสนับสนุนคำตอบของตัวเอง การจัดลำดับแบบนี้เป็น
การให้สิทธิอำนาจแก่ผู้อบรมสูงสุดแทนที่จะเป็นพระ
วจนะของพระเจ้า*

- ถ้าหากผู้เข้าอบรมตอบคำถามไม่ถูกต้อง อย่าแก้ไขพวกเขา แต่
ขอให้ผู้เข้าอบรมอ่านข้อพระคัมภีร์ออกเสียงและตอบคำถาม
อีกครั้งหนึ่ง

- แต่ละบทเรียนจะจบลงด้วยการท่องข้อพระคัมภีร์ ผู้อบรมและผู้
เข้าอบรมยืนขึ้นด้วยกันและท่องข้อพระคัมภีร์ด้วยกันสิบรอบ
โดยให้พูดชื่อข้อพระคัมภีร์ก่อนแล้วจึงค่อยท่องเนื้อหาในข้อ
พระคัมภีร์นั้น ผู้เข้าอบรมอาจดูจากพระคัมภีร์ของพวกเขาเอง
หรือดูจากคู่มือแนะนำสำหรับผู้เข้าอบรมในการท่องข้อพระ
คัมภีร์หกครั้งแรก และในสี่ครั้งสุดท้าย ขอให้พวกเขาท่องข้อ
พระคัมภีร์ออกมาจากใจโดยไม่ต้องดูหนังสือ เมื่อผู้เข้าอบรม
ทุกคนท่องข้อพระคัมภีร์ครบสิบรอบแล้วก็ให้พวกเขานั่งลงได้

การอบรมภาคปฏิบัติ (30 นาที)

- ก่อนหน้านี้ผู้เข้าอบรมได้จับคู่ในช่วงของ "การอธิษฐาน" และคู่
อธิษฐานคนเดียวกันนี้เป็นคู่ฝึกปฏิบัติด้วย

- ในแต่ละบทเรียนมีวิธีการเลือกว่าใครจะเป็น "ผู้นำ" ของแต่ละ
คู่นั้น (ผู้นำคือคนที่จะเป็นผู้สอนก่อน) ผู้อบรมแจ้งถึงวิธีการ

เลือก "ผู้นำ"

- "ผู้นำ" ที่ถูกเลือกนั้นทำการอบรมคู่ของพวกเขาตามรูปแบบที่พวกเขาได้รับการฝึกอบรมมา รวมถึง "การทบทวน" "การดูบทเรียนใหม่" และจบลงด้วย "การท่องข้อพระคัมภีร์" ผู้เข้าอบรมยืนขึ้นท่องข้อพระคัมภีร์และนั่งลงเมื่อท่องเสร็จ เพื่อผู้อบรมจะสามารถมองเห็นได้ว่าใครบ้างที่เสร็จแล้ว

- เมื่อคนที่เริ่มต้นเป็นคนแรกของแต่ละคู่ทำตามขั้นตอนเสร็จแล้ว ก็ให้อีกคนทำตามขั้นตอนนั้นเหมือนกันเพื่อพวกเขาจะได้ฝึกหัดในภาคปฏิบัติ ขอให้ท่านตรวจสอบให้แน่ใจว่าแต่ละคู่นั้นไม่ได้ข้ามขั้นตอนหรือลัดขั้นตอน

- ขอให้ท่านเดินตรวจตรารอบๆ ห้องในขณะที่พวกเขากำลังฝึกหัดเพื่อเป็นการตรวจสอบให้แน่ใจว่าพวกเขาทำตามสิ่งที่ท่านสอนจริงๆ การไม่ทำสัญญาณมือเป็นสิ่งที่บ่งชี้ว่าพวกเขาไม่ได้เลียนแบบคุณ ขอให้เน้นย้ำเสมอว่าพวกเขาต้องเลียนแบบในสิ่งที่คุณสอนพวกเขา

- ให้เขาหาคู่ใหม่ และผลัดกันฝึกปฏิบัติอีกครั้ง

ช่วงจบบทเรียน (20 นาที)

- ชั่วโมงเรียนส่วนใหญ่จะจบลงด้วยการทำกิจกรรมเพื่อการนำไปปฏิบัติได้จริง ให้เวลาแก่ผู้เข้าอบรมเพื่อทำแผนที่กิจการบทที่ 29 และหนุนใจพวกเขาให้เดินไปหาเพื่อนๆ ในห้องเพื่อรับเอาแนวความคิดจากเพื่อนๆ ด้วย

- แจ้งข่าวสารที่จำเป็น แล้วขอให้ใครสักคนอธิษฐานอวยพรชั่วโมงเรียนและสิ่งที่พวกเขาได้เรียนรู้ ขอให้ผู้ที่ไม่เคยอธิษฐานมาก่อนเป็นผู้อธิษฐาน ก่อนจบสัมมนา ทุกคนควรมีโอกาสได้อธิษฐานปิดอย่างน้อยคนละหนึ่งครั้ง

การนมัสการแบบง่าย

การนมัสการแบบง่ายเป็นองค์ประกอบที่สำคัญยิ่งของการอบรมตาม
อย่างพระเยซู ซึ่งเป็นหนึ่งในทักษะที่เป็นกุญแจสำคัญของการสร้างสาวก
การนมัสการแบบง่ายสอนผู้คนให้รู้ถึงวิธีการเชื่อฟังพระบัญชาเรื่องการ
รักพระเจ้าด้วยสุดหัวใจ ด้วยสุดดวงจิต ด้วยสุดความคิด และด้วยสิ้นสุด
กำลังของพวกเขา และการนมัสการแบบง่ายมีพื้นฐานบนพระมหา
บัญชาด้วย

เรารักพระเจ้าด้วยสิ้นสุดหัวใจของเรา ดังนั้นเราจึงนมัสการพระองค์
เรารักพระเจ้าด้วยสิ้นสุดดวงจิต ดังนั้นเราจึงอธิษฐานต่อพระองค์ เรารัก
พระเจ้าด้วยสิ้นสุดความคิด ดังนั้นเราจึงศึกษาพระคัมภีร์ สุดท้าย..เรารัก
พระเจ้าด้วยสิ้นสุดกำลัง ดังนั้นเราจึงฝึกปฏิบัติตามสิ่งที่เราได้เรียนรู้
มาแล้วเพื่อจะสามารถแบ่งปันให้กับผู้อื่นต่อไปได้

พระเจ้าได้ทรงอวยพรกลุ่มเล็กๆ ต่างๆ ทั่วทั้งแถบเอเชียตะวันออก
เฉียงใต้ที่ค้นพบว่าพวกเขาสามารถนมัสการแบบง่ายๆ ในที่ไหนๆ ก็ได้
ไม่ว่าจะเป็นที่บ้าน ที่สวนสาธารณะ ในร้านอาหาร ในชั้นระวีวันอาทิตย์
หรือแม้แต่ในศูนย์รวมที่ของศาสนาต่างๆ ก็ตาม

ขั้นตอน

- แบ่งกลุ่มโดยให้แต่ละกลุ่มมีสี่คน

- แต่ละคนมีส่วนรับผิดชอบที่แตกต่างกันในการนำนมัสการแบบ
  ง่าย

- ทุกครั้งที่ฝึกการนมัสการแบบง่าย ผู้เข้าอบรมจะสลับหมุนเวียน
  บทบาทต่างๆ เมื่อจบการฝึกอบรมแล้ว พวกเขาจะมีโอกาสฝึก

ทุกบทบาท อย่างน้อยบทบาทละสองครั้ง

การนมัสการ

- ให้หนึ่งคนนำกลุ่มร้องเพลงสรรเสริญสองเพลง (ขึ้นอยู่กับ
บริบทของท่าน)

- เครื่องดนตรีจะมีหรือไม่มีก็ได้

- ในชั่วโมงการฝึกอบรม ขอให้ผู้เข้าอบรมจัดเก้าอี้ให้นั่งแบบ
สบายๆ เหมือนอยู่ในร้านกาแฟ

- ทุกกลุ่มจะร้องเพลงไม่เหมือนกัน และนั่นเป็นสิ่งที่ดี

- อธิบายให้แต่ละกลุ่มเข้าใจว่า นี่เป็นเวลาที่จะนมัสการพระเจ้า
ด้วยสุดหัวใจร่วมกันเป็นกลุ่ม ไม่ใช่เป็นการแข่งกันว่ากลุ่มใดจะ
ร้องเพลงดังที่สุด

การอธิษฐาน

- ให้อีกคนหนึ่ง (ที่ไม่ใช่ผู้นำนมัสการ) นำกลุ่มอธิษฐาน

- ผู้นำอธิษฐานขอให้สมาชิกกลุ่มเสนอหัวข้ออธิษฐาน และเขียน
ลงในกระดาษ

- ผู้นำอธิษฐานสัญญาว่าจะอธิษฐานเผื่อหัวข้อต่างๆ เหล่านี้
จนกว่ากลุ่มจะพบกันอีกครั้ง

- หลังจากแต่ละคนได้นำเสนอหัวข้ออธิษฐานของตัวเองแล้ว ให้ผู้นำอธิษฐานอธิษฐานเผื่อกลุ่ม

การอบรมภาคความรู้

- ให้อีกคนหนึ่งในกลุ่มที่ประกอบด้วยสมาชิก 4 คน เป็นผู้นำกลุ่ม ในช่วงอบรมภาคความรู้

- ผู้นำภาคความรู้เล่าเรื่องจากพระคัมภีร์เรื่องหนึ่งด้วยคำพูดของ เขา/เธอ เอง เราขอแนะนำให้ใช้เรื่องจากพระกิตติคุณในช่วง เริ่มต้น

- ท่านอาจขอให้ผู้นำภาคความรู้อ่านเรื่องจากพระคัมภีร์ก่อนแล้ว จึงค่อยเล่าด้วยคำพูดของพวกเขาเอง

- หลังจากผู้นำภาคความรู้เล่าเรื่องจากพระคัมภีร์แล้ว ขอให้พวก เขาถามคำถามสามประการต่อกลุ่มของพวกเขา คือ

  1. เรื่องนี้สอนสิ่งใดเกี่ยวกับพระเจ้าให้แก่เราบ้าง?
  2. เรื่องนี้สอนสิ่งใดเกี่ยวกับผู้คนบ้าง?
  3. ข้าพเจ้าได้เรียนรู้สิ่งใดที่จะช่วยให้ข้าพเจ้าทำตามพระเยซู ได้บ้าง?

- ขอให้กลุ่มอภิปรายแต่ละคำถามร่วมกันจนกว่าผู้นำภาคความรู้ จะเห็นว่าควรจบการอภิปรายในคำถามนั้นๆ ได้ แล้วจึงไปสู่ คำถามต่อไป

การอบรมภาคปฏิบัติ

- ให้อีกคนหนึ่งในกลุ่มนำช่วงอบรมภาคปฏิบัติ

- ผู้นำภาคปฏิบัติช่วยกลุ่มทบทวนบทเรียนอีกครั้งจนมั่นใจว่าทุกคนเข้าใจบทเรียนและสามารถนำไปสอนผู้อื่นต่อได้

- ผู้นำภาคปฏิบัติเล่าเรื่องจากพระคัมภีร์เรื่องเดียวกันกับเรื่องที่ผู้นำภาคความรู้เล่า

- ผู้นำภาคปฏิบัติถามคำถามอย่างเดียวกันกับคำถามผู้ที่นำภาคความรู้ถาม และให้กลุ่มอภิปรายแต่ละคำถามอีกครั้ง

จบบทเรียน

- การนมัสการแบบง่ายจบลงด้วยการร้องเพลงนมัสการ หรือด้วยการกล่าวคำอธิษฐานขององค์พระผู้เป็นเจ้าร่วมกัน

www.ingramcontent.com/pod-product-compliance
Lightning Source LLC
Chambersburg PA
CBHW060655030426
42337CB00017B/2633
9780983138754